மொழி பெயர்ப்புச் சிறுகதைகள்

தூக்கத்தில் நடப்பவர்கள்

தமிழில்: **இராம.குருநாதன்**

டிஸ்கவரி புக் பேலஸ்

கே.கே.நகர் மேற்கு, சென்னை - 600 078.
(பாண்டிச்சேரி கெஸ்ட் ஹவுஸ் அருகில்)
Ph: 044-6515 7525 Mobile: +91 87545 07070

தூக்கத்தில் நடப்பவர்கள் (மொழி பெயர்ப்புச் சிறுகதைகள்)
தமிழில்: இராம.குருநாதன்©

Thookkathil Nadppavargal (Translated short stories)
Translated by: Ramagurunathan©

Publisher: Discovery Book Palace
First Edition: May - 2016
Pages: 136 - ISBN: 978-93-84301-27-9
Cover Design: Manikandan
Book Design: R.Prakash

Discovery Book Palace (P) Ltd,
6, Mahaveer Complex, Munusamy Salai,
K.K.Nagar West,Chennai-600 078.
Ph: +91 - 44-6515 7525
Mobile: +91 87545 07070

E-mail: discoverybookpalace@gmail.com,
Website: www.discoverybookpalace.com

Rs. 110

முன்னுரை

ஆங்கிலக் கதைகளை விரும்பிப் படித்ததொரு காலம்! என் உள்ளம் என்னும் வரவேற்பறையில் உவகையோடு வந்தமர்ந்த காலம் ஒன்று இருந்தது. அப்படிப்பட்ட காலங்களில் நான் பழையதும், புதியதுமான கதைகளைப் படிப்பது வழக்கமாகி விட்டது. அந்நியச் சிறுகதைகள் நம்மிலிருந்தும் பல விதங்களில் வித்தியாசப்பட்டிருப்பதனை உணர்ந்தேன். பல இசங்கள் இலக்கியத்தில் புகுவதும், புகுந்து பின் மறைந்து போவதும் இயல்பு. பல சூழல்களில் படிக்க நேர்ந்த அப்படிப்பட்ட கதைகளும் சில இந்நூலில் பதிவாகியுள்ளன.

குழந்தைகளை மைய மிட்ட சில கதைகளும் இதில் உள்ளன. கதைகளின் களமும், போக்கும் வித்தியாசமாய் இருப்பதைக் காணமுடிகிறது. அந்நியச் சிறகு விரித்துப் பறப்பதில் சிக்கலும் உண்டு. கதை கூறும் போக்கே தனி. அதில் புலப்படுவதும் புலப்படாமல் போவதுமான இடங்கள் பல. அந்நியச் சிறகுகளை விரித்துப் பறக்க முயன்றாலும் சிறிதான எல்லைக்குள்தான் பறக்க முடிந்தது. பறக்கமுடிந்த தூரம் வரை பயணம் செய்ததை நூலில் காணலாம்.

இப்புத்தகத்தை சிறந்த முறையில் வெளிக்கொணர்ந்த 'டிஸ்கவரி புக் பேலஸ்' வேடியப்பனுக்கு மிகுந்த நன்றி.

- இராம.குருநாதன்

பொருளடக்கம்

1.	அப்பா இருட்டில் உட்கார்ந்திருக்கிறார்!	10
2.	மேயரின் பல்	19
3.	தூக்கத்தில் நடப்பவர்கள்	24
4.	தேவைகள்	31
5.	துணை	36
6.	தேடல்	43
7.	குழந்தை ஆடை	61
8.	வேட்டைக்காரன்	70
9.	அந்தச் சிவப்பு அறையில்	78
10.	ஒரு புனித இரவில்	92
11.	திருட்டுக் குழந்தை	102
12.	தாயுள்ளம்	127

ஜெரோம் வெயிட்மென்(1913-1998)

நியூயார்க் நகரில் உள்ள மன்காட்டனில் பிறந்தவர். ஆடைத்தயாரிப்புத் தொழிலகத்தில் பணிபுரிந்தவர். அது அவரது படைப்புகளுக்குக் களமாகவும் விளங்கியது. அவர் தமது இருபத்தாறாவது வயதில் முதல் நாவலை I can get it for you wholesale-*(1937)* எழுதினார். இந்த நாவல் அவருக்குப் பேரும் புகழும் ஈட்டித்தந்தது. அவர் பணிபுரிந்து வந்த ஆடைத் தயாரிப்பு நிறுவன ஆதிக்கப் போக்கினையும், அங்கு நடைபெற்ற முறைகேட்டினையும் அந்நாவலில் பதிவு செய்தார். நியூயார்க் நகரின் வணிகம்/ அரசியல் பற்றிக் கறாராக எழுதியவர். *1950* இல் திரைப்பட ஊடகத் திற்காக அவர் எழுதியது speakable dialogue- "பேசத் தகுந்த உரையாடல்" என்பதாகும். இருபதுக்கு மேற்பட்ட நாவல்கள் இருநூறுக்கு மேற்பட்ட சிறுகதைகள், மற்றும் சில நாடகங்கள் ஆகியவை அவரது படைப்புகள் ஆகும். அவர் சிறந்த இசை அமைப்பாளரும் கூட! The sound of music அவர் இசையமைப்பில் வெளிவந்ததாகும். *1960* இல் இசை நாடக ஆக்கத்திற்கான புலிட்சர் விருது அவருக்கும் ஜியாஜ் அப்பாட் என்பவருக்கும் சேர்ந்து வழங்கப் பெற்றது. நியூயார்க் நகரின் மேயரான ஃபியோரல்லோ பற்றி இசைவடிவில் ஒரு நாடகத்தைத் தயாரித்தவர், தம்முடைய வாழ்க்கைக் குறிப்புகளை மழைக்காக வேண்டல் Praying for rain ஐ *1986* இல் தீட்டியவர். அவரது குறிப்பிடத்தகுந்த நாவல்கள் The sound of Bow Bells, Sam Silver முதலியனவாகும்.

அப்பா இருட்டில் உட்கார்ந்திருக்கிறார்!

என் அப்பாவிற்கு என்று தனி சுபாவம் உண்டு. இருட்டில் தனிமையாக உட்கார்ந்திருப்பதில் அவருக்கு விருப்பம். நான் வீட்டுக்கு வருவதில் சிலசமயம் நேரமாகிவிடுகிறது. வீடோ இருட்டில் மூழ்கிக்கிடக்கும். என் அம்மாவுக்குத் தொந்தரவு கொடுக்கக்கூடாது என்பதற்காகவே நான் அடியெடுத்து ஒலி எழுப்பாமல் மெல்ல வருவேன். அவள் தூங்குவதோ கொஞ்ச நேரந்தான். அறைக்குள் அடியெடுத்துச் சட்டையை இருட்டில் கழட்டிவைக்கிறேன். தண்ணீர் குடிப்பதற்காக அடுப்படிக்குச் செல்கிறேன். என் காலடிகள் ஓசை எழுப்பவில்லை. தட்டுத்தடுமாறி அப்பாவைக்கடந்துதான் அறைக்குள் காலடி எடுத்துவைக்கிறேன். பைஜாமா உடையில் அவர் புகைத்துக்கொண்டே அடுப்படியில் இருக்கும் நாற்காலியில் உட்கார்ந்துகொண்டிருக்கிறார்.

"ஹலோ! அப்பா".

"ஹலோ!"

"நீங்க ஏம்பா இன்னும் ஏன் தூங்கப் போகலே?"

"போவுணும்"

ஆனால், அவர் சொன்னவாறு செய்யவில்லை. அங்கேயே அமர்ந்துகொண்டு புகைத்தபடிதான் இருக்கிறார். நீண்ட என் உறக்கத்திற்குப் பிறகு திடமாக இதனை உணர்கிறேன்.

ரொம்ப நேரமாய் அறையில் படித்துக் கொண்டிருக்கிறேன். அம்மா இரவு உணவிற்கான ஏற்பாட்டைச் செய்துகொண்டிருக்கும் ஓசை கேட்கிறது. தம்பி தூங்கச் செல்கிறான். சகோதரி உள்ளே வந்து, ஜாடி, சீப்பு ஆகியவற்றை இருந்த இடத்தில் ஒழுங்காக

வைத்துவிட்டு உறங்குவதற்காகப் போகிறாள். இன்னும் கொஞ்ச நேரத்தில் அப்பாவிற்கு'குட் நைட்' சொல்லிவிட்டு அம்மாவும் தூங்கப் போவது தெரிகிறது. நான் இன்னும் படிப்பதைத் தொடர்ந்து கொண்டிருக்கிறேன். அதற்குள் தாகம் எடுக்கிறது. நிறைய தண்ணீர் குடிக்கிறேன். அதற்காக அடுப்படிக்குச் செல்லவேண்டி இருக்கிறது. மறுபடியும் தட்டுத்தடுமாறிக் கொண்டு அப்பாவைத் தாண்டிச் செல்கிறேன். பல முறை அது என்னைத் திடுக்கிட வைக்கிறது. அவர் இருப்பதையும் கூட அந்த நேரத்தில் மறந்துவிடுகிறேன். அங்கே அவர்– அமர்ந்துகொண்டு– புகைத்தபடி –எதையோ சிந்தித்தவாறே இருக்கிறார்.

"ஏம்பா, தூங்கப் போகலே?"

"சரி, தூங்கப்போறேன்."

மறுபடியும் அவர் சொன்னபடி செய்யவில்லை. அவர் அங்கேயே உட்கார்ந்தபடி புகைத்துக் கொண்டு சிந்தித்தவாறே இருக்கிறார். எனக்கு அது கவலை தந்தது. அவர் விஷயம் எனக்குப் புலப்படவில்லை. எதைப் பற்றி அப்படி யோசித்துக்கொண்டு இருக்கிறார்?. ஒரு சமயம் அதைப்பற்றி நான் கேட்டதுண்டு.

"எதெ பத்தி அப்பா யோசிச்சிகிட்டு இருக்கீங்க?"

"ஒண்ணுமில்லே".

அவரிடமிருந்து அப்பால் சென்று தூங்கச் சென்றேன். கொஞ்ச நேரம் கழித்து எழுந்துகொண்டேன்.

தாகமாய் இருந்தது. அடுப்படிக்குச் சென்றேன். அவர் அங்கேயே இருந்தார். அப்போது புகைக்கவில்லை. புகைப்பதற்குரிய தூள் தீர்ந்திருந்தது. அடுப்பங்கரை மூலையை உற்றுப் பார்த்த வண்ணமாய் அங்கேயே சும்மா உட்கார்ந்திருந்தார். இருட்டு எனக்குப் பழக்கமாகிவிட்டது. தண்ணீர் பருகினேன். இன்னும் அவர் இருட்டில் இருந்துகொண்டு உற்றுப்பார்த்த வண்ணமே இருந்தார். கண்ணை இமைக்காமல் அப்படியே அசையாதிருந்தார். நான் இருப்பது கூட அவருக்குத் தெரியாது என்றே நினைக்கிறேன். எனக்குப் பயமாக இருந்தது.

"ஏம்பா, தூங்கப் போகலே?"

"சரி, மகனே, எனக்காகக் காத்திருக்காதே"

"ஆனா, நீங்க, இங்க மணிக்கணக்கா உட்கார்ந்திருக்கீங்க. என்னாச்சு ஒங்களுக்கு? எதெ பத்தி யோசிச்சிகிட்டு இருக்கீங்க?"

"ஒண்ணுமில்லே. சும்மா, ஓய்வெடுக்கிறேன். அவ்வளவுதான்."

அவர் அவ்வாறு சொன்னது கூட ஒரு வகையில் பொருத்தமாகத்தான் பட்டது. அவர் எதற்கும் கவலைப்படுவதாய்த் தெரியவில்லை. அவர் குரல் கூட ஒருவகையில் சீராகவும் இனிமையாகவும்தான் இருந்தது. எப்போதும் அப்படித்தான். ஆனால் என்னால்தான் அதைப் புரிந்துகொள்ளமுடியவில்லை. அதுவும், இருட்டில் நீண்ட நேரமாக வசதியில்லாத இருக்கையில் அமர்ந்தபடி தனிமையாக ஓய்வெடுப்பது என்பது அவரால் எப்படி முடிகிறது?

என்னவா இருக்கும்?

எல்லா வகையிலும் யோசித்துப்பார்த்தேன். பணத்துக்காக அவர் அப்படி இருக்கமாட்டார் என்பது தெரியும். பணம் எங்களிடம் அதிகமாக இல்லை என்றாலும், அது பற்றிதான் என்றால் அவர் மறைக்காமல் சொல்லிவிடுவார். அவரது உடல்நலம் பற்றியும் இருக்கமுடியாது. அவர் அப்படி ஒன்றும் மௌனியாக இருந்ததும் கிடையாது. குடும்பத்தில் உள்ளோரின் உடல்நலம் பற்றியும் இருக்கமுடியாது. எங்களிடம் பணக் குறைவு இருந்தாலும். நாங்கள் நல்ல ஆரோக்கியத்துடன்தான் இருக்கிறோம். பின்னர் என்னவாக இருக்கக்கூடும்? எனக்குத் தெரிந்தபாடில்லை. பயமாகவும் இருக்கிறது. அவர் பற்றிய கவலையை அப்படியே நான் விட்டுவிடுவதாயும் இல்லை.

அவர் பிறந்த பகுதியிலிருக்கும் அவருடைய சகோதரர்கள் பற்றி அவர் நினைத்துக் கொண்டிருக்கலாம். அவர் அம்மாவைப் பற்றியோ அல்லது இரண்டு மாற்றாந்தாய்கள் பற்றியோ நினைக்கலாம். அவருடைய தந்தை பற்றியும் இருக்கலாம். அவர்கள் எல்லாம் இறந்துவிட்டார்கள். அப்படி ஒன்றும் அவர்களைப் பற்றிய வருத்தமோ ஏக்கமோ அவரிடம் இருப்பதாய்த் தெரியவில்லை. அப்படி நான் சொல்வதில் கூட ஒருவகையில் உண்மை இல்லை. அவர் சிந்திக்கவில்லை. சிந்திப்பதாகவும் தெரியவில்லை. ரொம்ப அமைதியாகவே காணப்பட்டார். ஒருவகையில் திருப்தி உற்றவராகவும் தெரியவில்லை. ஆனால் அமைதியாக இருந்தார். ஆழ்ந்து சிந்திப்பதாகவும் தெரிந்தார். ஒரு வேளை அவர் சொல்லலாம். ஓய்வாகக் கூட இருக்கலாம். அதனை உணர்வதற்கு முடியாமல் இருந்தது. அது என் கவலையை அதிகரித்தது.

அவர் என்ன நினைக்கிறார் என்று தெரிந்தால், நான் மட்டும் அவர் நினைப்பதை அறியமுடியுமானால், நான் எந்த விதத்தில் உதவிட முடியும்? அவருக்கும் எந்த உதவியும் தேவைப்படாது. அவர் சொல்வதுதான். அது ஓய்வாக இருக்கலாம். குறைந்தபட்சம் அதைப் பற்றி நான் கவலைப்பட வேண்டியுமிராது.

இருட்டில் அவர் ஏன் அப்படி உட்கார்ந்திருக்கிறார்? அவரது மனம் நலிந்து போய்விட்டதா? இல்லை. அதுவாகவும் இருக்கமுடியாது. அவருக்கு வயது ஐம்பத்து மூன்றுதான். அவர் எப்போதும் போலக் கூர்மையான அறிவு படைத்தவர்தான். அந்த வகையில் அவர் உண்மையானவரும் கூட. இப்போதும் அவர் பீட்ரூட் சூப்பை விரும்புகிறார். 'டைம்ஸ்' பத்திரிகையின் இரண்டாவது பகுதியை முதலில் படிக்கிறார். 'காலர்' வைத்த சட்டையை அணிகிறார். 'டெப்ஸால்' (ஒரு தொழில் சங்கம்) நாட்டைக் காப்பாற்றியிருக்க முடியும் என்று இன்னும் நம்பிக்கொண்டிருக்கிறார். அது முடியாமல் போனதற்கு 'டி. ஆர்' பணக்காரர்களின் கருவியாக ஆகிவிட்டதுதான் காரணம் என்பது அவரது எண்ணம்.

அப்பா இன்னும் அப்படித்தான் இருக்கிறார். ஐந்து வருடங்களுக்கு முன்பு இருந்த மாதிரியேதான் இப்போதும் இருக்கிறார். வயதானவராகத் தெரியவில்லை. ஒவ்வொருவரும் அதைச் சுட்டிக் காட்டுகிறார்கள். உடல் நலத்தை நன்றாகப் பேணுகிறார் என்றும் அவர்கள் சொல்கிறார்கள். ஆனால், அவரோ தனிமையில் இருட்டில் – அதுவும் குறைந்த நேரமே உள்ள இரவுப் பொழுதில்– உட்கார்ந்துகொண்டு புகைப்பதும், கண் இமைக்காமல், தனக்கு முன்னுள்ளவற்றை உற்றுநோக்கிய வண்ணம் இருப்பதுமாய் உள்ளார்.

அவர் சொல்வது போல், அமைதியுடன் ஓய்வெடுப்பதாகக் கருதினால், அதனை யோசிக்கவேண்டியிருக்கிறது. அவ்வாறு இராது என்று எண்ணுகிறேன். அவர் அவ்வாறு இருப்பதற்கு ஏதேனும் காரணம் இருக்கலாம். அதனை ஆழ்ந்து நோக்க என்னால் இயலவில்லை. ஒருவேளை அவருக்கு உதவி தேவைப்படலாம். ஏன் அவர் பேசாமல் உள்ளார் என்று தெரியவில்லை. அவர் முகத்தில் எந்த ஒரு விசனமோ, சிரிப்போ அழுகையோ தென்படவில்லை. அவர் ஏன் எதுவும் பேசாமல் அங்கேயே சும்மா உட்கார்ந்திருக்கிறார்?

கடைசியில் எனக்குக் கோபம்தான் வந்தது. அது திருப்தியில்லாத ஒருவகை ஆர்வமாக இருக்கலாம். அது என்னுடைய குட்டிக்

தமிழில்: இராம.குருநாதன்

கவலையாகக் கூட இருக்கலாம். எது எப்படியோ எனக்குக் கோபம்தான் வருகிறது.

“ஏதாவது தப்பா நடந்துச்சா’ப்பா?”

“ஒண்ணுமில்லே, மகனே. அப்படியெல்லாம் ஒண்ணுமேயில்லே.”

இந்தத் தடவை கேட்கவேண்டியதைக் கேட்டுவிடுவது என்று தீர்மானமாக இருந்தேன். அதே சமயம் கோபமாகவும் இருக்கிறது.

“பின்னே ஏன் தனியா உட்கார்ந்து ராத்திரி பூரா யோசிச்சிகிட்டு இருக்கீங்க?”

“அமைதிக்காகத்தான்!, அப்படி இருக்க ரொம்ப பிடிச்சிருக்கு.”

எதுவும் எனக்குப் புலப்படாமல் இருக்கிறது. நாளைக்கு மறுபடியும் அவர் அங்கேயேதான் உட்கார்ந்துகொண்டிருப்பார். எனக்குக் குழப்பமாக இருக்கிறது. அதற்காகக் கவலைப்படுவேன். இப்போதைக்கு அதை நான் தட்டிக் கேட்காமலும் இருக்கமுடியாது. எனக்குக் கோபமாகவும் வருகிறது.

“ஓங்க மனசிலே என்னதான் நினைச்சுக்கிட்டு இருக்கீங்க. ஏன் இப்படியே உட்கார்ந்திருக்கீங்க. ஓங்களெ எது கவலைப்பட வைக்குது? அப்படி என்னதான் நினைச்சிக்கிட்டு இருக்கீங்க. ?”

“என்னெ எதுவும் கவலைப்படுத்துலே. நான் நல்லாதான் இருக்கேன். நான் இப்படி இருப்பது அமைதிக்காக. அவ்வளவுதான். மனசை அலட்டிக்காம போய்த் தூங்கு,”

கோபம் என்னைவிட்டு விலகினாலும், கவலை மட்டும் நீடித்தது. அவரிடமிருந்து எப்படியும் பதிலைப்பெற வேண்டும். அது கூட ஒருவகையில் அற்பமாகத்தான் தோன்றுகிறது. ஏன் அவர் என்னிடம் சொல்லமாட்டேன் என்கிறார்? அவரிடமிருந்து பதில் இல்லையென்றால், நான் வெறியனாகிவிடுவேன் என்பது ஒரு வேடிக்கையான எண்ணமாகத்தான் இருக்கு. விஷயத்தை அறிந்து கொள்வதில் விடாப்பிடியாத்தான் இருந்தேன்.

“அப்படி எதைத்தான் நினைச்சிகிட்டு இருக்கீங்க? என்னதான்னு சொல்லுங்களேன்?

“ஒண்ணுமில்லே. அது பொதுவா சாதாரண விஷயந்தான். விசேஷமா சொல்றாப்பிலே ஒண்ணுமில்லே. அவ்வளவுதான்!”

அவரிடமிருந்து தக்க பதிலை நான் பெறமுடியவில்லை.

பொழுது கழிந்தது. தெருவில் அமைதி. வீட்டில் இருட்டு. மாடிப்படிகளை மெல்லத் தாண்டி ஓசை எழாதவாறு செல்கிறேன். என் அறையில் நுழைகிறேன். ஆடையைக் கழற்றுகிறேன். தாகம் எடுத்தது நினைவுக்கு வந்தது. காலில் எதுவும் அணியாமல் அடுப்படிக்குச் செல்கிறேன். அங்குச் செல்வதற்கு முன் அவர் அங்கேதான் இருக்கிறார் என்பது எனக்குத் தெரிகிறது.

கறுத்த இருட்டின் கூன் விழுந்த உருவமாக அவர் இருப்பதைக் காணுகிறேன். அதே நாற்காலியில் முழங்கைகளால் முழங்காலைப் பிடித்தபடி இருக்கிறார். 'சிகரெட்டைப்'பைப் பற்களிடையே வைத்துக் கொண்டு புகைத்தபடி, கண் இமைக்காமல் நேராக எதையோ உற்று நோக்கியவாறு உட்கார்ந்திருக்கிறார். நான் அங்கிருப்பது அவருக்குத் தெரியவில்லை. நான் உள்ளே வந்த ஓசையையும் கேட்கவில்லை. நான் கதவருகே அமைதியாக நின்றுகொண்டு அவரைக் கவனிக்கிறேன்.

சுற்றுப்புறமெங்கும் அமைதி. ஆனால், அந்த இரவு சின்ன சின்ன மெல்லிய ஒலிகளால் நிரம்பியிருந்தது. அசைவற்ற நிலையில் நின்றிருந்த நான் அவற்றை உற்றுக் கவனித்தேன். ஐஸ் பெட்டியின் மேலிருந்த அலாரத்தின் ஒலி, பல இடங்களைக் கடந்து செல்லும் கனரக வாகனங்களின் ஒலி, காற்றில் அங்கும் இங்குமாய்த் தெருவில் அலைக்கழிந்துகொண்டிருக்கும் காகிதங்களின் ஒலி, ஆரோக அவரோகணமாய், தாழ்ந்ததும் உயர்ந்தும் கேட்கும் முனகல் ஒலி. இவையெல்லாம் எனக்கு விநோதமான இன்பம் அளித்தன.

தொண்டை வறட்சி. நான் அடுப்படிக்கு விரைந்து செல்கிறேன்.

"ஹலோ, அப்பா,".

"ஹலோ," ஒரு கனவில் கேட்பது போல, அவரது குரல் மெலிந்திருந்தது. அவர் அமர்ந்திருந்த நிலையில் எந்த ஒரு மாற்றமுமில்லை. பார்வையிலும் அப்படியே. !

தண்ணீர்க் குழாயைத் தேடினேன். சன்னல் வழியாக வந்த தெருவிளக்கின் சிறு வெளிச்சத்தின் நிழல் கீற்று அறையை மேலும் இருட்டாக்கியிருந்தது. அறையின் நடுவில் இருந்த சிறிய சங்கிலியை இழுத்து விளக்கைப் போட்டேன்.

திடீரென்று அதிர்ச்சியுற்றவரைப் போல, தாக்குண்ட உணர்வில் அவர் நிமிர்ந்து உட்காருகிறார். "என்னாச்சு உங்களுக்கு" அவரிடம் கேட்டேன்.

“ஒண்ணுமில்லே. நான் வெளிச்சத்தை விரும்புறதில்லே” என்றார்.

“விளக்கைப் போட்டால் என்ன? அதுக்கும் இதுக்கும் என்ன சம்பந்தம் ? அதுலே என்ன தப்பு இருக்கு?”

“ஒண்ணுமில்லே. நான் வெளிச்சத்தை விரும்புறதில்லே.”

வெடுக்கென்று நான் விளக்கை அணைத்து விட்டேன். மெல்லத் தண்ணீர் குடிக்கிறேன். அவர் அவ்வாறு சொன்னதை மிகச் சாதாரணமாக எடுத்துக்கொள்ளவேண்டும்– என்று எனக்குள்ளே நான் சொல்லிக்கொள்கிறேன். அவரது பிர்ச்சனையில் நுழைந்து பார்த்துவிடவேண்டும்.

“நீங்க ஏன் தூங்கப் போகலே? இருட்டில் ரொம்ப நேரமா உட்கார்ந்திருக்கீங்க. ஏன்?”

“இப்படி இருப்பது ரொம்ப நல்லாயிருக்கு” அவர் சொல்கிறார். “நான் வெளிச்சத்துக்குப் பழக்கப்படலே. ஐரோப்பாவில் நான் சின்ன பையனா இருந்தப்ப, நாம விளக்கு வெளிச்சமில்லாமல்தான் இருந்தோம்.”

என் இதயம் ஒரு கணம் துடித்தது. மகிழ்ச்சியில் பெருமூச்சுவிட்டுக்கொண்டேன். எனக்கு அவரது செய்கை புலப்படுவது போன்று இருந்தது. ஆஸ்திரியாவில் அவர் இருந்த காலத்தில் அவரது மாணவப்பருவத்தின் கதைகள் என் ஞாபகத்திற்கு வந்தன. அகலமான உத்தரத்திற்குப் பின்னால் என் தாத்தாவுடன் இருப்பதைக் காண்கிறேன். நீண்ட நேரமாயிற்று. வாடிக்கைக்காரர்கள் சென்றுவிட்டார்கள். அவர் தூங்கி வழிந்துகொண்டிருக்கிறார். நிலக்கரியின் கடைசிச் சுடர் தணலாகத் தகித்துக்கொண்டிருப்பதைக் காண்கிறேன். அந்த அறை முன்னமே இருட்டாகத்தான் இருக்கிறது. இன்னும் அது இருட்டாகிக்கொண்டிருக்கிறது. பெரிய கணப்பு அடுப்பின் ஒரு புறத்தே, எரிந்து அடங்கிப் போய் ஆவியாகிக் கொண்டிருக்கும் தீச்சுடரின் ஒளிப்பிழம்பை நெருக்கமாய்க் குனிந்தபடியே, வைத்த கண்ணை எடுக்காமல் நீண்ட நேரம் உற்றுநோக்கிய வண்ணம் இருக்கும் ஒரு சிறுவனைக் காண்கிறேன். அவன் வேறு யாருமில்லை. என் அப்பாதான்.

அறையின் கதவருகே மௌனமாய் நின்று கொண்டு, ஒரு கணம், அந்த நிகழ்வுகளை என் ஞாபகத்திற்குக் கொண்டுவந்த மகிழ்ச்சி என்னிடம்.

“நீங்க சொன்னதில் ஒன்றும் தவறில்லை என்பதுதானே. இருட்டில் உட்கார்ந்திருப்பது உங்களுக்குப் பிடித்தமானது. இல்லையா அப்பா? மகிழ்ச்சியில் நான் எனது குரலை அடக்க முடியவில்லை.

“நிச்சயமா”. வெளிச்சத்தில நான் சிந்திக்கமுடிவதில்லே”– அவர் சொல்கிறார்

கண்ணாடிக் குவளையைக் கீழே வைத்துவிட்டு நான் என் அறைக்குப் போகிறேன். “குட் நைட், அப்பா. “

“குட் நைட்”.

மறுபடி ஞாபகம் வந்தது. திரும்புகிறேன். “என்னப்பா எதெ பத்தி யோசிக்கிறீங்க?” நான் கேட்கிறேன்.

நெடுந்தொலைவிலிருந்து அவர் குரல் கேட்டது. அக்குரல் அமைதியாகவும், சீராகவும் வந்தது.

“ஒண்ணுமில்லே” மெதுவாகச் சொல்கிறார். “குறிப்பிட்டுச் சொல்லும்படியா ஒண்ணுமில்லே.”

●

கபிரியேல் கார்சியா மார்க்கேஸ் (1927-2014)

சென்ற நூற்றாண்டில் மிகச் சிறந்த எழுத்தாளர்களில் மிகவும் குறிப்பிடத்தக்க இவர் ஒரு நூற்றாண்டு தனிமை என்ற நாவலுக்காக 1982 இல் நோபல் விருது பெற்றவர். கொலம்பியாவைச் சேர்ந்த இவர் பன்முக ஆற்றல் கொண்டவர். சட்டம் பயில்வதற்காகச் சட்டக் கல்லூரியில் சேர்ந்தவர், அதனைக் கைவிட்டு இலக்கியத்தில் தம் நாட்டத்தைச் செலுத்தத் தொடங்கினார். சிறுகதை, நாவல், திரைக்கதை எழுதுவதில் தீவிரம் காட்டினார். அரசியல் பார்வையை ஆழமாக அலசிவரும் இவர், அதனை எந்த அளவிற்கு விமர்சனம் செய்யமுடியுமோ அந்த அளவிற்கு விமர்சனம் செய்தவர். நல்ல கட்டுரையாசிரியரும் கூட. ! திறனாய்வாளர்கள் பலரின் பார்வையில் இவரது நூல்கள் மிகுந்த வரவேற்பினைப் பெற்றவை. நவீன மொழிநடையில் எழுதி வாசகர் மனத்தில் நின்றதுமட்டுமன்றி, வணிக ரீதியில் அவற்றை வெற்றி அடையச் செய்தவர். இவருக்கென்று தீவிர ரசிகர்கள் உண்டு. உலகின் பலமொழிகளில் இவரது படைப்புகள் மொழிபெயர்ப்புச் செய்யப்பட்டன. தமிழில் இவரது கதைகள் மொழிபெயர்ப்பாகி நூலாக வெளி வந்துள்ளன. நோபல் பரிசு பெற்ற நூறாண்டுத் தனிமை என்ற நாவல் அண்மையில் தமிழில் வெளிவந்துள்ளது. இவருக்குப் புகழ் சேர்த்த மற்றொரு நாவல் 'காலரா காலத்திய காதல்' என்பதாகும்.

மேயரின் பல்

திங்கள் கிழமை விடியற்காலை வெப்பமாய் இருந்தது. மழையும் பெய்யவில்லை. பல் டாக்டர் ஆரோலியா எஸ்கோவர் காலையில் சீக்கிரமாக எழுந்துவிடுவார். அன்றும் அப்படித்தான். ஆறு மணிக்கெல்லாம் எழுந்து பல் மருத்துவ மனையைத் திறந்துவிட்டார். பட்டப்படிப்புப் படிக்காமலே டாக்டர் ஆனவர். பொய்ப்பற்கள் சிலவற்றைக் கண்ணாடி 'கேஸி'லிருந்து எடுத்து 'பிளாஸ்டிக் மோல்டரில்' வைத்தார். அவற்றை ஒவ்வொன்றாக மேசையின் மீது அடுக்கினார். பல் மருத்துவ மனைக்கான காட்சிப்பொருளாக அது தோற்றம் அளித்தது. அவர் காலர் வைக்காத கோடு போட்ட சட்டை அணிந்திருந்தார். கழுத்தை மூடும்படிக்கு ஒரு பொத்தானைப் பொருத்தியிருந்தார். பேண்ட் நாடா கீழே தொங்கியது. நிமிர்ந்த தோற்றமும், பார்வைக்கு எலும்பும் தோலுமாய் இருந்தார். எதையும் காதில் போட்டுக்கொள்ளாதவரைப் போன்ற பார்வை அவரது பார்வை.

பொய்ப்பற்களை வரிசையாய் மேசை மீது அடுக்கிவிட்டு, பற்களைச் சுத்தம் செய்வதற்காகப் பல் நோயாளிகள் அமரும் நாற்காலியை நகர்த்தி அவற்றை 'பாலிஷ்' பண்ண உட்கார்ந்துவிட்டார். என்ன செய்வது என்பது பற்றிய எண்ணம் கொஞ் சமும் இல்லாதிருந்து, பின்னர்த் தம் பணியைத் தொடர எண்ணினார். பற்களில் துளையிடுவதற்கான கருவியை இயக்க 'பெடலில்' கால்களை இட்டுக் கொண்டார். பின் என்ன நினைத்தாரோ தெரியவில்லை. அது தேவையில்லை என்ற முடிவுக்கு வந்தார்.

எட்டு மணிக்குப் பிறகு, பணி செய்வதை நிறுத்திவிட்டு, சன்னல் வழியே வானத்தைப் பார்த்தார். அடுத்த

வீட்டின் கூரை மீது வீசிய வெப்பம் தாங்காமல் இரு பறவைகள் வறண்டு உலர்ந்து போய் இருப்பதைப் பார்த்தார். எப்படியும் பகலுணவிற்கு முன்பாக மழை பெய்யும் என்ற எண்ணத்தில் தம் பணியைத் தொடங்கினார். பதினோரு வயது மகனின் மெல்லிய குரல் அவரது சிந்தனையைக் கலைத்தது.

"அப்பா"

"என்ன?"

"மேயரின் பல்லைப் பிடுங்கவேண்டுமாம். நீங்கள் செய்வீர்களா? என்று மேயருக்குத் தெரிய வேண்டுமாம்."என்றான்.

"நான் இங்கு இல்லை என்று சொல்லிவிடு"

தங்கப் பல் ஒன்றை மெருகேற்றினார். அதனைக் கையில் வைத்து அரைக் கண்ணால் நோட்டம்விட்டார். பரிசோதனைக்குப் பின். அவர் மகன் மீண்டும் குரல் கொடுத்தான். "டாக்டர் சொன்னார். "உன்னிடத்து மேயர் அவ்வாறு கேட்கச் சொன்னாரா?" நீ இங்கேயே இரு."

டாக்டர், பல்லைப் பரிசோதனை செய்வதிலேயே குறியாக இருந்தார். அந்த வேலையை முடித்ததும், பரவாயில்லை' என்று சொல்லிக்கொண்டார். மறுபடியும் பல்லைத் துளையிட்டார். 'கார்போர்ட்' பெட்டியிலிருந்து சில துண்டுகளை எடுத்தார். அதனைத்தொடர்ந்து தங்கப் பல்லை மெருகேற்றத் தொடங்கினார்.

"அப்பா"

"என்ன?"

அவருடைய மகன் இன்னும் தன் குரலை மாற்றிக்கொள்ளவில்லை. அவன் சொன்னான்: "நீங்க அவரோட பல்லைப் பிடுங்கலைன்னா, அவர் ஒங்களெ சுட்டுடுருவாரு!"

பல்லுக்குத் துளையிடுவதை நிறுத்திவிட்டு, அமைதியாகவும், நிதானமாகவும் இருந்த அவர், நாற்காலியிருந்தவற்றை அப்புறப்படுத்திவிட்டு மேசைக்கு அடியில் இருந்த துப்பாக்கியை எடுத்தார்.

"ஓ, கே!" என்று சொல்லிவிட்டு, "இங்க வந்து அவரை என்னைச் சுடச்சொல்லு" என்றார்.

நாற்காலியைச் சுழற்றினார். மேசையின் விளிம்பில் அவரது கைகள் ஓய்வெடுத்தன. மேயர் கதவருகே வந்தார். முகத்தின்

இடதுபக்கம் முகச்சவரம் செய்திருந்தார். இன்னொரு பக்கம் வலியும் வீக்கமும் இருந்தன. ஐந்து நாள்களில் தாடி நன்கு வளர்ந்திருந்தது. பல இரவுகளில் நம்பிக்கை வறட்சி அவரது சோர்வுற்ற கண்களில் தெரிவதை டாக்டர் பார்த்தார். விரலால் மேசையின் இழுவையை மூடிவிட்டு அவரிடம் மெல்லப் பேசினார்.

“உட்காருங்க”

“காலை வணக்கம்”

“காலை வணக்கம்”

பல் எடுப்பதற்கான கருவிகள் கொதித்துக்கொண்டிருந்தபோது சற்றே குனிந்து பார்த்தார். மூச்சுவிட்டுக்கொண்டார். அது குளிர்ச்சியான சுவாசமாக இருந்தது. அவருடைய பல் மருத்துவ மனை சிறியது. மிகச்சாதாரணமானது. அங்கிருந்த மர நாற்காலி மிகவும் பழையது. இயந்திரக்கருவி இல்லாமல் காலால் இயக்கும் பல்லைத் துளையிடும் கருவி, பீங்கான் பாட்டிலுடன் கூடிய கண்ணாடி டம்ளர், நாற்காலியின் எதிரில் இருக்கும் சன்னல், தோளுயரத்தில் இருக்கும் திரைச்சீலை– இவற்றைக் கொண்ட மிகச்சாதாரண மருத்துவ மனை. மேயர் வந்ததை அறிந்து கொண்டார். வாசலில் காலணியைக் கழற்றிவிட்டு வந்த மேயர், வாயைத் திறந்து காட்டினார்.

பல் டாக்டர் ஆரோலியா எஸ்கோவர் விளக்கு வெளிச்சத்தை நோக்கி மேயரின் தலையைத் திருப்பியபடி பல்லைப் பரிசோதித்தார். மேயரின் தாடையைக் கவனமாய் விரல்களால் மூடினார்.

“வலி மறப்பதற்கு ஊசிபோடாமலே செய்துவிடலாம்”.

“ஏன்?”

“ஒங்களுக்குக் கட்டி இருக்கிறது”.

மேயர் டாக்டரைப் பார்த்தார். “சரி டாக்டர்,” என்று சொல்லிவிட்டுச் சிரிக்க முயன்றார். ஆனால் டாக்டரோ பதிலுக்குக் கூடச் சிரிக்கவில்லை. தூய்மை செய்யப்பட்ட கருவிகளைக் கொதி நீர் ‘பேஸினிலிருந்து எடுத்தார். எந்த ஒரு பரபரப்பும் அவரிடத்துக் காணப்படவில்லை. கொப்பளிக்க வைக்கப்பட்டிருந்த குப்பியை ‘ஷூவின்’ விளிம்பால் தள்ளினார். ‘வாஷ்பேஸினில்’ கையைச் சுத்தம் செய்து கொண்டார். மேயரைப் பார்க்காமலேயே எல்லாவற்றையும் செய்து முடிக்க ஆயத்தமானார். மேயரோ வைத்த கண்ணை எடுக்காமல் டாக்டரையே பார்த்துக்கொண்டிருந்தார்.

அது கீழ் வரிசையிலிருந்த அறிவுப் பல். காலை அகட்டிய படியே டாக்டர், சூடாக இருந்த பல் பிடுங்கியால் பல்லை இறுகப்பற்றினார். மேயர் நாற்காலியின் கைப் பிடியைப் பற்றிய வண்ணம் இருந்தார். டாக்டர் பலங்கொண்ட மட்டும் தரையில் கால்களை அழுத்தமாக ஊன்றியிருந்தார். ஒரு சப்தமும் எழுப்ப வில்லை. டாக்டரோ அவருடைய மணிக்கட்டை மட்டுமே நகர்த்தினார். வெறுப்புக் காட்டாமல், அவர் சொன்னார்: "எங்களில் இறந்துபோன இருபது பேருக்கு நீங்கள் நஷ்ட ஈடு தரவேண்டும்"

மேயர் தாடையில் பல் அறைபடும் ஓசையை உணர்ந்தார். அவரது கண்களில் கண்ணீர் திரண்டது. பல் வெளியே எடுக்கப்படும் வரை அவர் மூச்சுவிடவில்லை. கண்ணீர்க்கிடையே அதனைப் பார்த்தார். அந்த வலி அவருக்கு அந்நியமாகத் தோன்றியது. கடந்த ஐந்து ஆண்டுகளில் அவர் தாம் பட்ட துன்பத்தை எண்ணிப் பாராதவராய் இருந்தார்.

வாயில் ஊறிக்கொண்டிருந்த எச்சிலை வெளியேற்றக் குனிந்தார். வியர்த்திருந்தது. மூச்சயர்ந்தார். கையில்லாத சட்டையின் பொத்தான்களைக் கழற்றினார். 'பேண்ட்' பையில் இருந்த கைக்குட்டையை எடுத்தார். பல் டாக்டர் சுத்தமான துணியைத் தந்து துடைத்துக்கொள்ளக் கொடுத்தார்.

"முதலில் கண்ணீரைத் துடையுங்கள்"

"மேயர் அவ்வாறே செய்தார். நடுங்கிக் கொண்டிருந்தார் மேயர். பல் டாக்டர் கைகளைச் சுத்தம் செய்துகொண்டிருக்கும்போது, மேயர் சுற்றிலும் ஒரு நோட்டம் விட்டார். கீழே இடிந்துவிடக் காத்துக்கொண்டிருந்த மேல்தளக் காறையையும், ஓட்டடையும் சிலந்தி முட்டையையும், அதன் வலையில் மாட்டி இறந்த பூச்சிகளையயும் நோட்டம் விட்டார்.

கையை உலர்த்திவிட்டு டாக்டர் திரும்பி வந்தார். "படுக்கைக்குப் போகும் முன் உப்பு நீரால் வாயைக் கொப்பளியுங்கள்." என்று மேயரைப் பார்த்துச் சொன்னார்.

மேயர் எழுந்து விடை பெற்றுக்கொண்டார். இராணுவத்தில் குட் பை சொல்வது போல 'குட் பை' சொன்னார். வெளிக் கதவை நோக்கிக் கால்கள் நகர்ந்தன. கையில்லாத சட்டைப் பொத்தானைப் போடாமல் கதவை நோக்கிச் சென்றார்.

பல் பிடுங்கியதற்கான ‘பில்’லை அனுப்புங்கள்” மேயர் சொன்னார்.

“ஒங்களுக்கா அல்லது ஊருக்கா?

மேயர் அவரைப் பார்க்கவில்லை. கதவை மூடிவிட்டு , திரைச்சீலை வழியாகச் சொன்னார்.

“இது நிந்திக்கப்படவேண்டிய ஒரு செயல்.”

●

தூக்கத்தில் நடப்பவர்கள்

வீட்டின் ஒரு மூலையில் அவளை விட்டுவந்தோம். அவளுக்குச் சில பொருள்களைக் கொடுத்திருந்தோம். புதிதாக வெட்டப்பட்ட மர வாசனையை நினைவூட்டும் புதிய துணிகளை, சேற்றில் நடக்க இலேசாக இருக்கும் ஷூவை, அவளுக்குத் தரும் முன்பாக அவையெல்லாம் ஊர்ந்து செல்லும் அவளது வாழ்க்கைப் போக்கிற்கு உதவாது என்று அவளைப் பற்றி எங்களிடம் சிலர் சொன்னார்கள். காரணம் அவளது வாழ்க்கை முறை அப்படி இனிமையற்ற, உப்புச் சப்பற்ற ஒரு தனிமை.

அவற்றையெல்லாம் நினைக்கும்போது காலம் கடந்துவிட்டது. அவளுக்குக் குழந்தைப்பருவம் என்ற ஒன்று இக்காலத்திலும் உண்டு என்று எங்களிடம் சொன்னதை நாங்கள் முதலில் நம்பத் தயாராக இல்லை. ஆனால் அவள் அமர்ந்திருக்கும் தோற்றத்தையும், அச்சம் தரும் கண்களையும் பார்க்கும்போதும் –வாயில் விரலை வைத்துச் சூப்பும் போதும் அது உண்மைதான் என்று ஒத்துக் கொள்ளத் தோன்றியது. மழையின் குளிர்ச்சியைத் தோல் உணர்வதுபோலவே, அவள் எங்களைத் தொடும்போது உணர்ந்திருக்கிறோம். அவளோடு கூடப் பக்கவாட்டில் நிழலுருவம் தாங்கிச் செல்வதான ஒன்றையும் பார்த்தோம்.

அன்றைய பகல் நேரத்திற்குப் பின், அச்சம் தரத்தக்கக் கீழ் உலகத்தில் அவள் முற்றும் மனுஷியாக இருந்ததை உணர்ந்தோம். வேதனையோடு அவள் உரக்கக் கத்தியது, கண்ணாடி நொறுங்கி உடைவது போல இருந்தது. அவள் எங்களை ஒவ்வொருவராகப் பெயர் சொல்லி அழைத்தாள். கண்ணீருக்கிடையே பேசினாள். அதுவரை அவளுக்கு அருகில் கீழே அமர்ந்து பாடத் தொடங்கினோம்.

கண்ணாடித் துண்டுகளை மீண்டும் ஒன்று சேர்த்து ஒட்ட வைப்பது போன்ற சத்தத்தில் கையொலி எழுப்பினோம். அதன் பிறகு அவளுக்குக் குழந்தைப்பருவம் வந்து கொண்டிருந்ததை நம்பத்தொடங்கினோம். அவள் எழுப்பிய ஓசை, மரத்தின் அசைவையும், ஆற்றின் ஆரவாரத்தையும் நினைவூட்டியதாக இருந்தது. அவள் எழுந்து மெல்ல ஊர்ந்து வந்தாள். முகத்தை ஆடைகளால் போர்த்தாமல், மூச்சுவிடாமல், கண்ணீரோடு அவள் எங்களிடம் சொன்னாள்: "நான் இனி மீண்டும் ஒரு போதும் சிரிக்கமாட்டேன்" அதனைக் கேட்டுவிட்டு நாங்கள் மூவரும், இது பற்றிப் பேசிக் கொள்ளாமல், பொதுவான சில விஷயங்களைப் பேசிக் கொண்டே முற்றத்தை நோக்கி நடந்தோம். வீட்டினுள் விளக்கு வெளிச்சம் கூட வேண்டாம் என நினைத்தோம். அவள் இருட்டினுள் ஓர் ஓரத்தில் அமர்ந்து பின்னல் வேலையின் இறுதிப் பகுதியைப் பின்னிக் கொண்டிருந்தாள். அது ஒன்றே அவளை விலங்காக்கிவிடாமல் தடுக்கும்.

முற்றத்திற்கு அப்பால், அமர்ந்து அவளை நினைத்தோம். இதற்கு முன்னரும் அவ்வாறு செய்திருக்கிறோம். வாழ்க்கையின் ஒவ்வொரு பொழுதிலும் நாம் என்ன செய்துகொண்டிருந்தோமோ, அதனையே நாம் செய்துகொண்டு இருப்பதாகத்தான் நினைக்கவேண்டி இருக்கிறது.

அன்று இரவு அது வித்தியாசமாகத்தான் இருந்தது. அவள் இனி ஒருபோதும் சிரிக்கமாட்டேன் என்று சொல்லியது, அவளைப் பற்றி அறிந்தவர்களுக்கு அது ஒருவித கிலி ஏற்பட்டிருப்பது உண்மையானதுதான் என்று தெரியும். முக்காலியில் உட்கார்ந்து கொண்டு ,அவள் உள்ளே என்ன செய்கிறாள் என்பதைக் கற்பனை செய்ய ஆவலாய் இருந்தோம்.

எண்ணிக்கையற்ற கடிகாரங்கள் ஒழுங்கிசைவாக மணியடிக்கும் ஒலியைக் கூடக் கேட்க இயலாத சூழலுக்கிடையே அவள் மெல்ல மெல்ல மண்ணாக உரு மாறிக் கொண்டிருந்தாள். 'எங்களுக்குத் துணிச்சல் மட்டும் இருந்திருக்குமானால், அவளது இறப்பையாவது வேண்டி இருப்போம்' இதனை நாங்கள் மூவருமே ஒரே மாதிரி சிந்தித்தோம். அதுதான் எங்களால் முடிந்தது. நாங்கள் அவளைப்பற்றி அது போல எண்ணியதுதான் எங்களுக்கு உகந்ததாய் இருந்தது. அசிங்கமான பனிக்கட்டி போல்வதான உருவமே அவளிடம் குடிகொண்டிருந்தது. எங்களிடம் மறைந்திருக்கும் குற்றங்களுக்குரிய எளிய கொடையாகவே அதனைக் கருதினோம்.

நாங்கள் முன்பே வாலிபராகி இருந்தோம். அது ரொம்ப காலங்களுக்கு முன்பாக. அவள்தான் இந்த வீட்டில் மிக முதியவளாக இருந்தாள். அதே இரவில் அங்கேயே இருக்க எத்தனித்தாள். நட்சத்திரங்களின் துடிப்பை அளந்து பார்க்கும் உணர்ச்சியில் திடகாத்திரமான மகன்கள் புடைசூழ எங்களோடு அமர்ந்திருந்தாள். ஒரு குடிமகனின் மனைவியாகவோ அல்லது சரியான நேரத்திற்கு வந்து போகும் ஒருவனுக்குக் காமக் கிழத்தியாகவோ இருந்திருப்பாளாயின், அந்த வீட்டின் மரியாதைக்குரியவளாக அவள் இருந்திருக்கக்கூடும். அவள் நேர்க்கோடு போட்டாற் போல் ஓரே மாதிரியான வாழ்க்கைக்குப் பழக்கப்பட்டுவிட்டாள். அதுவும் அவளுடைய கெட்ட அல்லது நல்ல பண்புகளை யாரும் அந்த உருவில் பார்த்துவிடக்கூடாது என்பதற்காக அவ்வாறு இருந்திருக்கலாம். இதனை ரொம்ப நாள்களாகவே அறிந்து வைத்திருந்தோம். ஒரு காலைப் பொழுதிலும் கூட அது குறித்து நாங்கள் ஆச்சரியப்பட்டதில்லை. ஒரு காலை நேரத்திற்குப் பின் எழுந்து பார்க்கையில், அவள் முகம் தரையை நோக்கிக் கீழே குனிந்திருந்தைப் பார்த்தோம். மகிழ்ச்சியோடு ரொம்ப சிரமப்பட்டு பூமியின் விளிம்பை வாயால் பற்றிக் கொண்டிருந்தாள். எங்களைப் பார்த்து மறுபடி சிரித்தாள். இரண்டாவது மாடிச் சன்னலிலிருந்து முற்றத்தின் கடினமான களிமண் பகுதிக்கு வந்துவிழுந்தவள், அங்கே நின்றபடி இருந்தாள். விறைப்போடு தூலமாய் உலர்ந்து போயிருந்த களிமண்ணை நோக்கி அவளது முகம் குனிந்திருந்தது. நாங்கள் அவளிடம் கண்டுகொண்ட ஒரே விஷயம் தூரங்களைப் பற்றிய அச்ச உணர்ச்சி முழுமையாக இருந்ததுதான். அண்டவெளியை நோக்கிய இயல்பான மனப்பிராந்தி அவளிடம் இருந்தது. தோள் கொடுத்து அவளைத் தூக்கி நிறுத்தினோம். எப்படி முதலில் இருந்தாளோ அப்படியில்லாமல் மிகவும் இலேசாக இருந்தாள். அதற்கு மாறாக, அவளது உறுப்புகள் தளர்ந்து காணப்பட்டன. அவளது விருப்பத்திற்கு எதிராக அமைந்திருந்தன. அவ்விருப்பத்திலிருந்து தன்னை விடுவித்துக் கொண்டாள்–விறைப்பாக ஆகாத உயிரற்ற அரைகுறைப் பிணம்போல!

அவளது கண்கள் திறந்திருந்தன. மண்ணைத் தின்றதால் அவளது உதடுகள் அழுக்காய் இருந்தன. அவளது முகத்தைச் சூரியனை நோக்கித் திருப்பியபோது, அவளைக் கண்ணாடி முன்பு நிறுத்தியது போல இருந்தது. சவக்குழியின் நாற்றமே அவளிடம் வீசியது. எங்களை நோக்கினாள். அது சோர்வான

பார்வையாக, காம மற்ற உணர்ச்சியோடு காணப்பட்டது. எனது தோளில் அவளைச் சாய்த்துக் கொண்டேன். அவள் இல்லாதிருந்த கால அளவை எண்ணினேன். அவள் இறந்துவிட்டாள் என்றே எங்களுக்குச் சொன்னார்கள். இரவின் இனிமையான நேரத்தில் வீட்டினின்று வெளியேறும்போது எங்களுக்கு ஒரு புன்னகையைச் சிந்திவிட்டுச் சென்றாள். முற்றத்திற்கு எப்படி தான் வந்தேன் எனத் தெரியாது என்றாள். உஷ்ணமாக இருப்பதான உணர்ச்சியை உணர்ந்தாள். சுவர்க்கோழி ஒலி எழுப்புவதைக் கேட்டாள். அதன் ஒலி ஊடுருவிப் பாய்வதாக இருந்தது. அமைதியைக் கிழிக்கும் ஒலியாக அதனை உணர்ந்தாள். அது அவளது அறைச் சுவர் ஒனறை வீழ்த்துவது போன்ற சப்தம். ஞாயிற்றுக்கிழமை பிரார்த்தனைக்கான செயற்பாடு நினைவு வந்ததோடு, அவளது தாடை 'சிமெண்ட்' தரையைப் பற்றிக்கொண்டிருந்தது.

அவளுக்கு எந்தப் பிரார்த்தனையும் ஞாபகத்தில் இருக்காது என்பதை நாங்கள் அறிவோம். அவள் காலத்தை அறியாதவாறு உறங்கிப் போனதைப் பின்புதான் அறிந்துகொண்டோம். அவள் உறங்கியிருந்த சமயம், சுவரின் உள்பக்கத்தைக் கவ்வியபடி அந்தச் சுவர்க்கோழி வெளிப்பக்கத்தை முன்னே தள்ளிக்கொண்டு இருந்தது. அவள் சீக்கிரமே உறங்கிப் போனாள். அப்போது சிலர், அவளைத் தோளில் தாங்கிக்கொண்டு சுவரை நகர்த்தி வைத்த பின், முகம் சூரியன் பார்வைப்படும்படி அவளைக் கிடத்தினார்கள்.

அந்த இரவில், முற்றத்தில் அமர்ந்திருந்த எங்களுக்கு இனி அவள் ஒருபோதும் சிரிக்கமாட்டாள் என்றே தோன்றியது. இருட்டில் அவளே விரும்பி ஏற்ற அந்த மூலையை இருப்பிடமாகக்கொண்டு வாழ்ந்தது, சொல்லமுடியாத ஓர் உணர்ச்சியாக எங்களை வருத்திக் கொண்டிருந்தது. எங்களை மிகவும் வேதனைக்கு உள்ளாக்கியது அது. இப்போது எங்கே இருந்தாளோ, அதே இடத்தில் அவள் அமர்ந்து இருப்பதைப் பார்த்தோம். 'அந்த வீட்டில் இனியும் நடமாடமாட்டேன்' என்று அவள் சொல்லியதைக் கேட்டோம். தொடக்கத்திலிருந்தே நாங்கள் அவளை நம்பவில்லை. அவள் அந்த அறை வழியாக எல்லா நேரங்களிலும் நடமாடிவருவதைப் பலமாதங்களாகப் பார்த்துவருகிறோம். இறுக்கமான தலையோடும், தொங்கிய தோள்களுமாக இடையறாது தொடர்ந்துகொண்டே சோர்வே அடையாமல் அவளது நடமாட்டத்தைப் பார்த்திருக்கிறோம். இருட்டின் இரண்டு எல்லைகளில் அவளது இறுக்கமான உடல் அசைந்து நகர்ந்து செல்லும் சத்தத்தைக்

தமிழில்: இராம.குருநாதன்

கேட்டிருக்கிறோம். படுக்கையில் படுத்துக்கொண்டே பல சமயம் அந்த ஓசையை –மறைந்து அவள் நடக்கும் ஓசையை அந்த வீட்டில் அவளைப் பின் தொடர்ந்தபடி கேட்டிருக்கிறோம்.

கண்ணாடியினுள் புகுந்துகொண்டு அங்கே உறைந்திருந்த சுவர்க்கோழி , கண்ணாடி விளிம்பு வரை அவளை நோக்கி வந்ததை எங்களிடம் சொன்னாள். உண்மையிலேயே அவள் சொன்ன விஷயம் எங்களுக்குத் தெரியாமல் இருந்தது. ஆனால், நாங்கள் பார்த்ததெல்லாம் அவளுடைய ஆடை நனைந்திருப்பதையே. அப்போதுதான் நீர்த்தொட்டியிலிருந்து எழுந்து வந்ததுபோல, அவளது ஆடை உடலோடு ஒட்டியிருந்தது. அந்த அபூர்வச் சூழ்நிலையை விவரிக்க முயலாமல் நாங்கள் அவளை ஆட்டிப் படைத்துவந்த பூச்சிகளை ஒழித்துக்கட்டுவது எனத் தீர்மானித்தோம்.

சுவர்களைச் சுத்தப்படுத்தினோம். முற்றத்தில் இருந்த செடிகளைக் கத்திரிக்கச் சொல்லி ஆணையிட்டோம். எங்களுக்கு அற்பமான அந்த இரவின் அமைதியைச் சுத்தமாக்குவது போலவே இருந்தது. அதற்குப்பின் அவளது நடமாட்டத்தையோ அந்தப் பூச்சிகள் பற்றியோ நாங்கள் கேட்கவில்லை. அந்த நாள்வரை , கடைசி உணவுக்குப் பிறகு, எங்களை அவள் வைத்த கண் எடுக்காமல் பார்த்தபடி சிமெண்ட் தரையில் அமர்ந்திருந்தாள். இன்னும் எங்களை நோக்கி" நான் இந்த இடத்திலேயே கீழே அமர்ந்திருக்கப் போகிறேன்" என்றாள். நாங்கள் அச்சத்தால் மிகவும் உறைந்து போயிருந்தோம். அவள் அநேகமாக முன்பே இறந்து போனது போன்றே காணப்பட்டாள்.

நாங்கள் வளர்ந்த பிறகு கூட, அவளை அங்கே பார்ப்பது வழக்கமாயிற்று. அங்கே தனிமையில் கரைந்துகொண்டிருப்பது போலானாள். காட்சிப்பொருளாகவே காணப்பட்டாள். காட்சியளிப்பதான செயல்நிலையையும் மெல்ல இழந்திருந்தாள். இனி அவள் ஒருபோதும் சிரிக்கமாட்டாள் என்பதைப் புரிந்துகொண்டோம். பிற்பாடு அவள் சொல்லியதிலிருந்து நாங்கள் அதை உறுதிப்படுத்திக்கொண்டோம்."இனி உங்களை மறுபடி பார்க்கமாட்டேன். அல்லது ஒருபோதும் மறுபடி கேட்கமாட்டேன்." என்று சொன்னதையும் அறிந்தோம். ஒரு மனுஷியாக இருந்தவளின் வாழ்க்கையை– மெல்ல மெல்ல அவளாகவே முடித்துக்கொண்டாள். ஒருநாள் சுவரில் சாய்ந்துகொண்டு இருந்ததைக் கண்டபோது எங்களுக்கு அப்படித்தான் பட்டது. அவளது வாழ்க்கையில் அப்போதுதான்

முதன்முதலாக உறங்குவது போல, அக்காட்சி இருந்தது. கால அவகாசம் இன்னும் மீதமிருந்தது. நாங்கள் மூவரும் முற்றத்தில் அமர்ந்தபடி , திடீரென்று கண்ணாடி உடைந்த சத்தத்தை நினைவூட்டுவது போன்ற அவளது அழுகையை அந்த இரவுப் பொழுதில் கேட்கவிரும்பியிருந்தோம். குழந்தையாகி இருந்த அவளின் அழுகைக்குரலை –அந்த வீட்டில் பிறந்த அந்தப் பெண் குழந்தையின் குரலை– நம்புவதற்கு வேண்டி அவள் புதிதாய்ப் பிறந்திருந்தாள் குழந்தையாக!

தமிழில்: இராம.குருநாதன்

கிரேஸ் பாலே (1922-2007)

அமெரிக்க யூத இனத்தைச்சார்ந்த பெண் எழுத்தாளரான இவர் சிறுகதை யாசிரியராகவும், கவிஞராகவும் விளங்கியவர் அரசியல் போராளி. டபுள்யூ. ஹெச். ஆடன் என்பவரோடு சமூக ஆராய்ச்சிப் பள்ளியில் ஒன்றாகப் படித்தவர். உருசிய மொழி பேசும் குடும்பத்தைச் சேர்ந்த இவர், படைப்பிலக்கிய ஈடுபாட்டில் ஆடனின் சமூகம் பற்றிய சிந்தனையைப் பிரதிபலிக்கச் செய்திருப்பதோடு தமது அசத்தலான நையாண்டித் தனத்தையும் போகிற போக்கில் சொல்லிச் செல்வதனைக் காணலாம். கவிதைகளில் இவரது கிண்டல் தனத்தின் ஆளுமையைச் சற்றே கூடுதலாக அறியமுடியும். பல கல்லூரிகளில் பணியாற்றிய அனுபவம் இவருக்குண்டு. பாசிசப் போக்கிற்கு எதிர்ப்புக்காட்டியதோடு, அமெரிக்க இராணுவப் போக்கின் செயல்முறைகளையும் எதிர்த்துப்போர்க் குரல் கொடுத்தவர். தேசிய அகாதெமிக்கு 1989 இல் தேர்ந்தெடுக்கப்பட்ட இவர், அரசு சார்ந்த நியூயார்க் ஸ்டேட் எழுத்தாளராகவும், 2003–07 ஆகிய ஆண்டுகளில் அரசவைக்கவிஞராயும் திகழ்ந்தவர். மார்பகப் புற்றுநோயால் தம் 84 ஆம் வயதில் இயற்கை எய்தினார். 2007 இல் வெர்மண்ட் என்ற பெண்களுக்கான இதழில் அளித்த பேட்டியில் இராணுவம், நிறவேற்றுமை ஆகியவை குறித்த கருத்துகள் குறிப்பிடத்தக்கவை.

தேவைகள்

என்னோட முதல் கணவர் தெருவில் வந்துகொண்டிருந்தார். நான் புதிய நூலகம் ஒன்றில் உட்கார்ந்திருந்தேன்.

"ஹலோ! என் வாழ்க்கைத் துணைவரே" என்று வேண்டுமென்றே அழைத்தேன். திருமணமாகி இருபத்தி ஏழு வருடங்கள் ஆகிவிட்டதல்லவா? எனக்குள் ஒரு சமாதானம். அதனால்தான் அப்படி அழைக்கத்தோன்றியது.

"என்ன? வாழ்க்கைத் துணையா? நானா? என்ன வாழ்க்கை? நீ என்னோட வாழ்க்கைத் துணையில்லையே?" அவர் பதில் சொன்னார்.

"சரி, சரி" இருக்கட்டும். நான் ஒங்க கிட்ட தர்க்கம் பண்ணவரல்லே. உண்மையிலே ஒத்துப் போகாதது நாம செய்துகிட்ட ஒப்பந்தம்தான். ஒத்துகிறேன்" என்று சொல்லிவிட்டு நூலகத்திலிருந்து எடுத்துச் சென்ற புத்தகத்திற்குப் பணம் எவ்வளவு கட்டவேண்டும் என்று கேட்பதற்காக எழுந்து சென்றுவிட்டேன்.

முப்பத்திரண்டு டாலர் தரவேண்டும் என்றும், நான் பதினெட்டு வருடங்கள் அந்த நூல்களை வைத்திருந்ததாகவும் நூலகர் சொன்னார். நான் மறுப்பு எதுவும் சொல்லவில்லை. நாள்கள் விரைவாகக் கடந்துபோயிருந்ததை அறிந்திராத காரணத்தால் அப்படி நேர்ந்துவிட்டது. புத்தகங்களைத் திருப்ப வேண்டும் என்று மட்டும் அடிக்கடி நினைத்துக்கொள்வேன். இத்தனைக்கும் என் வீட்டுக்கு இரண்டு கட்டடங்களைத் தாண்டித்தான் நூலகம் இருந்தது.

என் முதல்கணவர் நூலகத்திற்கு நூல்களைத் திருப்பித் தருவதற்காக என்னைப் பின் தொடர்ந்து வந்தார் என

நினைத்தேன். நூலகரைப் பார்த்து அவர் குறுக்கீடு செய்தார். அவரிடம் சொல்வதற்கு நிறைய விஷயங்கள் வைத்திருப்பார் போல! நான் திரும்பி அவரைப் பார்த்தபோது அவர் என்னைப் பார்த்துச் சொன்னார்:

"விவாகரத்துக்குக் காரணம் பெட்ராமை நான் இரவு விருந்துக்கு ஒரு போதும் அழைத்ததில்லை" என்பதைச் சொல்லிக் காட்டி என் மீது குற்றம் சுமத்தினார்.

"இருக்கலாம்" என்றேன். "உங்களுக்கு ஞாபகம் இருக்கும் என்று நினைக்கிறேன். அந்த வெள்ளிக்கிழமை என் அப்பா நோயால் மிகவும் அவதிப்பட்டார். எனக்கும் பிள்ளைகள் பிறந்தன. ஒவ்வொரு செவ்வாய்க் கிழமை இரவு நேரங்களில் எனக்குக் கூட்டங்கள் இருந்தன. அதன் பின் போரும் தொடங்கியது. அவற்றைப் பற்றியெல்லாம் அப்போது நான் எண்ணிப்பார்க்கவில்லை. எண்ணிப் பார்க்கத் தெரியவும் இல்லை. நீங்க சொன்னது வாஸ்தவம்தான். விருந்துக்கு அவர்களை அழைத்திருக்கவேண்டும்".

முப்பத்திரண்டு டாலருக்கான காசோலையை நூலகரிடம் கொடுத்தேன். நூல்களை ஒப்படைத்த பின் அவர் பதிவேட்டில் வரவு வைத்துவிட்டுக்கச்சிதமாகக் கணக்கை முடித்துவைத்தார். நகரத் தந்தையே செய்யாத சாதனை இது என்று நினைத்துக் கொண்டேன்.

எடித் வார்டனின் இரண்டு நூல்களை ஆராய்ந்து பார்த்துவிட்டுத் திருப்பி அளித்துவிட்டேன். அவற்றை முன்பொருமுறை படித்தது நினைவுக்கு வந்தது. எல்லாக் காலங்களுக்குமான புத்தகங்களாக அவை இருக்கின்றன. தி ஹவுஸ் ஆப் மிர்த், தி சில்ட்ரன் இந்த இரண்டு நூல்களே அவை. நியூயார்க் அமெரிக்க ஒன்றியத்தின் வாழ்க்கைப் போக்குகள் கடந்த இருபத்தியேழு ஆண்டுகளிலும், ஐம்பது ஆண்டுகளிலும் எவ்வாறு மாறிப்போய்விட்டன என்பதை அந்த இரு இரண்டு நூல்களும் படம் பிடித்துக்காட்டும்.

என் மாஜிக் கணவர் சொன்னார்: "எனக்குத் தெரிந்தவரை காலை உணவு எப்படிச் சுவையாய் இருந்தது என்பதே" நான் அதைக் கேட்ட மாத்திரத்தில் அதிர்ந்து போனேன். நாம் காப்பியை மட்டுந்தானே எப்போதும் அருந்தினோம். அவர் இப்படிச் சொல்கிறாரே! கதவைத் திறந்து பார்க்கும்படியான ஒரு மாடம் அடுப்படியின் பின்புறத்தில் உள்ள அடுக்ககத்தில் இருப்பது என் ஞாபகத்திற்கு வந்தது. அங்கு அவர்கள் ஆவியில் வேகவைத்த பன்றி இறைச்சியை அடிக்கடி சாப்பிட்டுக் கொண்டிருந்தனர்.

அதனைப் பார்த்த எங்களுக்குக் காலை உணவு பற்றிய சிந்தனை எழுந்ததுண்டு. ஆனால், நாங்கள் ஒரு போதும் அப்படி உண்டது கூடக் கிடையாது.

"நாம அப்போது ஏழையாய் இருந்திருந்தோம். "என்றேன் அவரிடம். அதற்கு அவர்" எப்போது நாம பணக்காரரா இருந்திருக்கிறோம்" என்றார்.

அந்தக் காலம் கடந்து போனது. எங்கள் பொறுப்புக் கூடுதலானது. தேவை என்று எதுவும் இல்லை. பணத்தின் மீது கவனம் வையுங்கள் என்று அவருக்கு நினைவு படுத்தவேண்டியிருந்தது. ஒரு வருடத்தில் நான்கு முறை முகாமுக்குக் குழந்தைகள் செல்லவேண்டிவரும். அதற்குத் தயாராக– படுக்கை, காலணி, என்று அவர்களுக்கு எல்லோரையும் போலத் தேவையாய் இருந்தன. அவர்கள் பார்ப்பதற்கு மிக அழகானவர்கள். குளிர் காலத்தில் எங்கள் இருப்பிடம் வெம்மையாக இருக்கும். சுகமாகவும் இருக்கும்.

"எனக்கு ஒரு படகு வேண்டும்" என்று அவர் சொன்னார்.

"உங்களுக்குத்தான் எதுவும் தேவை இராதே"

"கோவப்படாதே!" எதுவும் கால தாமதம் ஆகிவிடவில்லை" நான்சொன்னேன்.

"இல்லை" மறுபடியும் கோப உணர்ச்சியோடுதான் சொன்னார். "எனக்கு ஒரு படகு கிடைத்துவிடும். ஆனா உண்மையில் அதற்குப் போதிய பணம் இல்லை. குறைவாகத்தான் இருக்கு. பாய்மரத்துக்கே பத்தாது. ஆனா இந்த வருடம் எனக்கு உகந்ததா இருக்கு. எதிர்காலக் கனவை எதிர்நோக்கி இருக்கேன். ஒனக்கு எதுவுமே கால தாமதம்தான். எப்போதும் எதுவுமே ஒனக்குத் தேவையிராது"

இந்த இருபத்தியேழு வருடங்களில் அவர் இப்படியே திரும்பத் திரும்பச் சொல்வது வழக்கமாகிவிட்டது. பெட்டியில் கிடக்கும் பாம்பு உள்ளுக்குள் சுற்றிச் சுற்றி வருவது போல, அதையே திரும்பத் திரும்பச் சொல்வார். என்னைப் பொறுத்தவரை அவர் எதையுமே அரை குறையாத்தான் செய்வார். பாதி செய்வார். பிறகு தலை மறைவாகிவிடுவார். பின்னர் எதையும் செய்யாது என்னிடம் விட்டுவிடுவார்.

நூலகத்தின் படிகளில் அமர்ந்திருப்பேன், அவரோ எதுவும் சொல்லாமல் கிளம்பிப் போய்விடுவார்.

தமிழில்: இராம.குருநாதன்

'தி ஹவுஸ் ஆப் மிர்த்' புத்தகத்தைப் பார்ப்பேன். அதில் எனக்குக் கவனம் செல்லவில்லை. குற்றமுடையவளாக உணர்ந்தேன். உண்மையும் அதுதான். என் தேவைகள் குறைந்தன. இருந்தாலும் ஏதாவது கொஞ்சம் தேவையாகத்தான் இருக்கிறது.

உதாரணமாக நான் வித்தியாசமாக இருக்கவே எனக்கு விருப்பம். நான் அந்த இரண்டு புத்தகங்களையும் இருவாரங்களில் படித்து முடித்து அதனை நூலகத்தில் ஒப்படைக்கும் ஒருத்தியாகத்தான் இருக்க விரும்பியிருந்தேன். பள்ளிக்கூடத்தின் நடை முறைகளைப் பொறுத்தவரை தீவிரமான குடிமகளாகத்தான் இருக்க விரும்புகிறேன்.

என் குழந்தைகள் வளர்வதற்கு முன்பாக இந்தப் போர் முடியவேண்டும் என்று சத்தியம் செய்து கொடுத்திருக்கிறேன்.

நான் ஒருவரையே திருமணம் செய்துகொண்டு வாழவேண்டும் என்று நினைத்திருந்தேன். ஒன்று மாஜிக் கணவனையா அல்லது இப்போது இருக்கும் கணவனையா? வாழ்வு முழுமைக்கும் இருவருமே உரிய பண்புகளைக் கொண்டிருப்பவர்கள். நீங்கள் ஒரு மனிதனின் குணங்களை அவனிடமிருந்து வெளியேற்றவோ அல்லது குறுகிய வாழ்க்கைக் களத்தில் எதிர்கொள்வதோ முடியாதுதான்.

இந்தக் காலைப்பொழுதில் சன்னலிலிருந்து ஒரு கணம் தெருவைப் பார்த்தேன். சிறிய அத்தி மரங்கள் இரண்டாண்டுகளுக்கு முன் நகரில் நடப்பட்டிருந்தன. குழந்தை பிறப்பதற்கு முன்பாக. அவை இப்போது செழித்து வளர்ந்திருக்கின்றன. அந்த இரண்டு நூல்களையும் நூலகத்தில் ஒப்படைக்கச் செல்லத் தீர்மானித்திருந்தேன். ஒரு நபர் அல்லது ஒரு நிகழ்வு அதிர்ச்சியோடுதான் என்னை அலைக்கழிக்கிறது. அல்லது சோதனைக்குட்படுத்துகிறது. விருந்தோம்பல் விஷயத்தில் நான் சரியாக இருந்தாலும் சிலவற்றில் இன்னும் சரியாக முடிவெடுக்கமுடியும் என்றுதான் நினைக்கிறேன்.

பவுலா ஃபாக்ஸ் (1923)

எண்பது வயதைக் கடந்த இவர், குழந்தை இலக்கியப் படைப்பிலக்கியங்களைப் படைத்ததோடு அவ்வகை இலக்கியச் சிக்கல்களில் பெரிதுமாகப் பேசப்பட்டவர். அதே சமயம் அவ்வகை இலக்கியத்திற்கான பல பரிசுகளையும் பெற்றிருப்பவர். இவரது வாழ்க்கை வரலாறும் கூடச் சிக்கலுக்குள்ளாகவே அமைந்திருந்தது. இளைஞர்களுக்கான புனைகதை படைப்பதில் வல்லவர். புதிய தலைமுறை எழுத்தாளர்களிடையே இவரது கதைகள் பலவாறான தாக்கங்களைப் பெற்றன. டெஸ்பரேட் கேரக்டர், விடோவின் குழந்தைகள் ஆகிய இரு நூல்கள் பிரிட்டனில் வெளியிட்டபோது, கடந்த நூற்றாண்டின் அமெரிக்கச் செவ்வியல் இலக்கிய வரிசையில் இடம் பிடித்தன. இருபதுக்கும் மேற்பட்ட குழந்தைகளுக்கான நாவல்கள் படைத்த இவர், புகழ்பெற்ற எழுத்தாளர் பலரோடு இவரை உயர்த்திச் பேசுகிறார் ஜோனாதன் ஃரேஸன் என்பவர். காஃப்கா, செக்காவ், பிளாஃபர்ட் ஆகிய சிறந்த எழுத்தாளர்களோடு ஒப்பிட்டுப் பேசும் அளவிற்கு இவரது படைப்புகள் உள்ளன. சிறைக்குச் சென்ற அனுபவமும்இவருக்கு உண்டு.

நியுபெரி விருது, ஹேன்ஸ் கிறிஸ்டியன் ஆண்டர்சன் விருது முதலியன இவர் பெற்றிருக்கும் விருதுகளில் குறிப்பிடத்தக்கவையாகும்.

துணை

நம்மைச் சுற்றியும் இங்கே நடைபெறும் நிகழ்வுகள் அதிகமாக ஒன்றுமில்லை. கோடைக்காலத்தில் கார் விபத்து, தீ விபத்து, ஊர்வம்பு இவைதாம் அதிகம். இறப்பு எல்லாக் காலங்களிலும் நிகழ்வது. அதற்குக்காலம் என்ற ஒன்றில்லை. கடலை ஒட்டி இருக்கும் எங்கள் கிராமத்தில் விடியற்காலையில் இறந்துபோனவர்கள் மிகுதி. இது போல ஒரு நிகழ்வு எங்கும் இருப்பதாகத் தெரியவில்லை.

உலகிலிருந்து குளிர்காலத்தில் எந்த ஒரு சப்தமும் இல்லை. பனியும் கடலும் எங்கள் நெருக்கத்தில் உள்ளன. எங்களை நாங்கள் மட்டுமே அறிவோம். ஜுன் மாதங்களில் அடுப்படியில் எங்களுக்கு வேலை இருந்துகொண்டே இருக்கும். அங்கிருந்த படியே பிற இடங்களைப் பற்றிய தகவல்கள் எங்களுக்குத் தெரியவரும், கதைகளில் வரும் இராணுவ வீரர்கள் கிராமங்களை எரிப்பது, அரசு கஜானாவைக் கள்வர்கள் கொள்ளையடிப்பது, அரசியல் வாதிகளைக் கொலை செய்வது – இவர்களைத் தவிர இங்கு வருவோர் சிலவற்றை எதிர்பார்க்கிறார்கள் என்பதையும் அறிந்துகொண்டேன்.

நீண்ட மாலைப் பொழுதுகளில் கிராம மக்களாகிய நாங்கள் கடற்கரைக்குச் சென்று அங்கு அவர்கள் விட்டெறிந்ததையும், இழந்தவற்றையும் சேகரித்தோம். பாட்டில்கள், சில்லறைகள், மோதிரங்கள், பொம்மைகள்– இப்படிப் பல. மணற்பாதை வழியே சென்று கூர்ந்து ஆராய்ந்ததில் நாங்கள் அவர்களது ரகசிய வாழ்க்கையை அவர்களுடைய தீய நடத்தைகளை, விருப்பங்களைக் கண்டறிந்தோம்.

சென்ற வருடம் ஜுன் மாதத்தில் எங்களது கடற்கரையிலிருந்து ஒரு மைல் தூரத்தில் எண்ணெய் படிந்திருந்தது. கோடையில் உலாவரும் மக்கள் வரிசையாகக் கடல் ஓரத்தில் நின்றிருந்தனர். அந்திப்பொழுதில் அவர்கள் முகங்கள் சொர்க்கத்தைக் கண்டுவிட்டதான உணர்ச்சியில் ஒளி வீசின.

அதே ஜுன் மாதத்தில்தான் மிகவும் வயதான கிழவன் ஒருவனை நான் காதலித்திருந்தேன். அடுப்பங்கரையைச் சுத்தப்படுத்துதல், அவருக்காகக் கடைக்குப் போய்ப் பொருள்கள் வாங்கிவருவது, வண்ணக் குழாய்களின் வாசம் நிரப்புவது, ஈரமாயிருந்த அவரது வாயைத் துடைப்பது, அழகிய லினன் சட்டையை சலவை செய்வது, தாறுமாறாகக் கிடக்கும் படுக்கையைச் சரிப்படுத்துவது என இத்யாதி வேலைகள் எனக்கு நிரம்ப இருந்தன.

விடியற் காலையில் காப்பி குடிக்க வந்தார். அதனைத் தயார் செய்துவந்த போது கண்ணே கழன்றுவிடும்படியான வெளிச்சம் வந்தது.

அவர் மிகவும் ஒல்லியாக இருந்தார். இளைஞனைப் போன்று உடலை எளிதாக வளைக்கக்கூடியவர். முடி வெள்ளையாயும், தாடி கறுப்பாகவும் அமைந்த தோற்றம் கொண்டிருந்தார். தெளிந்த வெளிறிய அவரது குரல் ஆழமற்ற சிற்றோடையின் சலசலப்பை நினைவூட்டும். அவர் என்னிடம் தயங்கித் தயங்கித் திக்கிப் பேசுவதற்கு ஒரு காரணம் இருந்தது. அவர் அறையில் மாட்டியிருந்த நிர்வாணமாக வரையப்பட்டிருந்த ஆண், பெண் ஓவியங்கள் அவர் தயங்கிப் பேசியதற்குக் காரணமாக இருக்கலாம். அவர் என்னிடம் பருவ காலங்களைப் பற்றிப் பேசினார்.

“இது நல்ல பொழுதல்லவா?” அவர் கேட்டார்.

“பனியாக இருக்கு. ஒரு மணி நேரத்துலே அது மறைஞ்சுடும்” நான் சொன்னேன்.

“மூடு பனியா? அல்லது கடற் பனியா?” என்று அழுத்தம் கொடுத்துக் கேட்பார்.

“தரைப்பனி” நான் சொன்னேன்.

“மணற்குவியலுக்கு மேலே பனி மெல்ல மெல்ல விலகிக்கொண்டு வருது” என்றார்.

அவரை வருணித்தல் என்பது என்னிடம் எந்தப் பாதிப்பையும், எந்த உணர்ச்சியையும் உண்டாக்கவில்லை. வானத்தின் நிறம் நீலம்.

மணலின் நிறம் மஞ்சள் என்று நகைப்பிற்கு இடம் தரும்வகையில் சொல்வது முட்டாள்தனம் அல்லவா? அது போன்றதுதான் அவரை வருணிப்பது. வார்த்தைகள் வலைப்பின்னல்களைப் போல, அவற்றிலிருந்து எல்லா உண்மைகளும் வெளியேறி விடுகின்றன.

ஜூலை மாதத்தின் காலைப்பொழுதில் நான் நாற்காலியைக் கடந்து செல்கையில் எனது பிட்டத்தில் கை வைத்தார். உள்ளொடுங்கிய அறையின் நடுவே ஒரு கணம் சிலைபோல நின்ற நான் விலங்கு ஒன்று படபடப்போடு அங்கும் இங்கும் அலைந்து திரிந்து தப்பித்து ஓடும் மனநிலையில் இருந்தேன். அன்றைக்கு வீட்டுக்குத் திரும்பியபோது, என் குழந்தைகள் என்னை ஒரு மாதிரியாக– விநோதமாகப் பார்த்தனர். எனது கணவர் பெயரை உச்சரித்தபோது அது உலோகத் தன்மை போலக் கடினமாக இருந்தது.

ஆகஸ்டு மாதம் முழுவதும் மணற்குன்றுகளின் பின்புறத்தில் இருந்த அவருடைய சிறிய வீட்டைச் சுத்தம் செய்தேன். பனி, மூடுபனி, காற்று, வெப்பம், மழை இவை பற்றிப் பேசினோம். என் உடம்பின் பல பாகங்களை அவர் தொட்டபோது அவர் காப்பி அருந்தும் வரையில் அமைதியாக இருந்தேன். அந்தத் தருணங்களி லெல்லாம் வெம்மையும் குளிருமாக இருந்து எனக்கு எரிச்சலை ஊட்டின.

குளிர்கால மாதங்களை நினைத்துப் பார்த்தேன். அவர் மரித்துப் போன பின் அந்தச் சிறிய வீடு, குளிர்க்காற்றால் அடைபட்டிருந்தது. சாவானது என் கால்களைச் சுற்றிக் கொண்டதுபோல இருந்தது என்பதை நான் அறிந்துகொண்டேன்.

நகரத்திலிருந்து வெளிவந்த செய்தித்தாள்களைப் படித்தேன். எங்கள் கிராமத்தில் கோடைக் காலத்தின் மூன்று மாதங்கள் மட்டுமே நீங்கள் அவற்றை வாங்கமுடியும். நான் படித்தறிந்தவை என்னைப் பலவீனப்படுத்துவதாகவும், நோய்க்கு ஆட்படுத்துவதாகவுமே இருந்தன. இந்த நாற்பதாவது வயதில், வெறித்தனமான காதலிலிருந்து வெளியேறும் வலிமை என்னிடம் இல்லாதிருந்தது. இந்த வயதில் அது என்னை வீழ்த்தியதோடு என்னைப் பிழிந்தெடுத்தது. அந்தக் காலைப்பொழுதுகளில் என் மன உளைச்சலில் இருந்து வெளிப்பட்ட வெளிச்சத்தை அவரிடம் எடுத்துச் சொல்லிவிடவேண்டும் என்ற ஆதங்கத்தை எண்ணியபோது, அவர் என்னை நோக்கி வருவதைக் கவனித்தேன். அந்தப் 'பார்லரின்' தரைவிரிப்பினைக் கடந்து வந்த அவரது நடை, இளைஞர் நடையை நினைவூட்டியது. காலை வணக்கத்தை

இருவரும் தெரிவித்துக் கொண்டோம். என் மனம் இலேசாகி, இதயக் கூட்டிலிருந்து புறப்பட்டு வானை நோக்கிச் செல்லும் பறவை போலானது. எல்லாக் கோடைக்காலங்களிலும் கடலில் எண்ணெய் அடர்த்தியாய்க் கரையை நோக்கிப் படர்ந்தது. படகுகளில் வந்த மனிதர்கள் அதனை ஒரு கொடிய விலங்கு போல எண்ணித், தூண்டில் போட முயன்றனர். இரவில் கடற்கரையில் தீக்கொளுத்திச் சுற்றி நின்று பாடியும் ஒருவரையொருவர் கட்டித் தழுவியும் மகிழ்ந்தனர். கரிய கடலிலிருந்து அவர்கள் முகங்கள் வேறுபட்டிருந்தன.

ஒரு நடுப்பகலில் நான் என் ஆடையை ஒரு பேப்பர் பையில் வைத்துக் கொண்டிருந்தபோது, அந்தக் கிழவர் கேட்டார் "என்னைக் கடற்கரைக்கு அழைத்துச் செல்வாயா?" கூட்டத்தினர்க்கிடையே நாங்கள் மணலில் அமர்ந்திருந்தோம். அவர்கள் எண்ணெய் படிந்திருந்த அடர்ந்த மயிரிழையால் செய்யப்பட்ட பேய் அணியும் ஆடை போன்ற ஒன்றைத் தண்ணீரிலிருந்து இழுக்க ஒருவரையொருவர் அழைத்தனர். நாங்கள் இருவரும் கைகளைப் பிணைத்தபடி அமர்ந்திருந்தோம். எங்கள் தோள்கள் நெருங்கியபடி இருந்தன. உப்பு வாசம் அவரது உடலிலிருந்து நாற்றமாய் வீசியது. கடையிலிருந்து அவருக்காக 'லின்சிட்' எண்ணெய், சலவை செய்யபட்ட 'லினன்', பைன் மரத்திலிருந்து தயாரிக்கட்ட சோப் ஆகியவற்றை வாங்கிவந்தேன்.

இறந்த பறவைகள் எங்கள் காலடியில் வந்து விழுந்தன. மிக அருகில் ஷார்க் மீன் தன் கோரப்பற்களைத் திறந்துகொண்டு மெல்ல மோப்பம் பிடித்தது.

அவர் மெல்ல எழுந்தார். பெருமூச்சு விடுகிறார் என்று நினைத்தேன். சுற்றி இருந்த மக்கள் எல்லோரும் சிரித்தும் கைத்தட்டியும் இருந்த போது, நான் அழுவதற்கு முன்பாக அவர் பாதி எண்ணெயிலும், தண்ணீரிலுமாக இடுப்பளவு மூழ்கியிருந்தார், கடற் பறவைகள் சிறகடித்துப் பறந்துகொண்டிருந்தன.

அவர் விழ இருந்தபோது அவரைப் பிடித்துவிட்டேன். கூட்டத்தினர் உதவியோடு அவரைத் தூக்கி நிறுத்தினேன். அவர்களின் முகங்களில் இறுக்கமும் கோபமும் சூழ்ந்தன.

அடுப்படிக்குச் சென்று அவரது ஆடைகளைக் கழற்றிவிட்டேன். குறுகிய நீர்த் தொட்டியில் அவரைச் சுடு நீரில் குளிப்பாட்டினேன். படர்ந்து படிந்திருந்த முடியை நன்றாகக் கழுவினேன். உடம்பில் ஒட்டியிருந்த நீர்த்துளிகளைத் துடைத்து விட்டேன். அவரது

உடம்பின் மிருதுவான பகுதியிலிருந்து அந்தரங்கமான பகுதிவரை துடைத்துவிட்டேன். ஈரம் போக உலர்த்தினேன். நான் சலவை செய்துவைத்திருந்த புத்தாடையை அணிவித்தேன். ஷூவின் வாரை இறுக்கிக் கட்டிவிட்டேன். அடர்ந்திருந்த தாடியை சீப்பால் நீவி விட்டேன்.

அடுப்படியில் விஸ்கியும், காப்பியும் அவருக்காக வைத்திருந்தேன். பழைய பொலிவிற்கு அவர் வந்திருப்பதைக் கன்னம் காட்டியது.

இந்தக் கிராமத்தை விட்டு என் குழந்தைகளோடும், என் கணவரோடும் அவர் இருக்கும் கிராமத்திற்கு வந்துவிடச்சொன்னார். ஒவ்வோர் இரவிலும் அங்கே வெவ்வேறு இடங்களில் நிகழ்த்தப்படும் பாடல்களைக் கேட்டு ரசிக்கலாம் என்று சொன்னார்.

ஒரு மணி நேரமாக அவரைக் கவனித்தேன். அவருடைய குரல் முன்பு கேட்டதுபோல இல்லை. அவர் பேசும்போதெல்லாம், அடிக்கடி அழகிய கைகளை இறுக்கமாகச் சேர்த்தபடி பேசுவது வழக்கம். எதையோ ஒன்றை அழுத்துவது போல இருக்கும். இனி இந்தக் கிராமத்தில் எனக்கு எந்த எதிர்காலமும் இல்லை என்று சொல்லிக்கொண்டார். “நீயும் வறுமையின் விளிம்பில்தான் இருக்கிறாய்” என்று என்னைப் பார்த்துச் சொன்னார். சொல்லி முடித்த பின் இருக்கையில் சாய்ந்தார். அவரது இமைகள் பட படத்தன, அருகில் நின்றிருந்தேன். என் துணி மணிகளை மடித்துவைத்துவிட்டுச் சொன்னேன் ; நான் வரமாட்டேன் என்று. எனது கிராமத்தைவிட, அல்லது அவரது நகரத்தைவிட, நடப்பன, பறப்பன, தவழ்வன இவை எவற்றையும் விட அவரை அதிகமாக நான் நேசிப்பது வாஸ்தவம்தான்.

இந்தக் குளிர்காலத்தில் அவர் வசிக்கும் இடத்திற்கு அடிக்கடி சென்றுவந்தேன். அறிவிப்புப் பலகை அங்கும் இங்குமாய்க் காற்றில் அலைந்தன. என் தொண்டையையும், தாடைப்பகுதியையும் ‘ஸ்கார்ப்’பால் சுற்றிக்கொண்டேன். இயல்பாக மூச்சுவிட்டேன். யாரும் இந்தக் கோடையில் அவரது வீட்டிற்கோ, மற்றவர்கள் இருப்பிடங்களுக்கோ திரும்பவில்லை. எங்களது கடற்கரை எண்ணெய் படிந்து கருப்பாகியது. எங்கள் பறவைகள் இறந்து போயின அல்லது இடம் பெயர்ந்து மறைந்தன. குளிரால் மீன்கள் உறைந்துபோயின. புல் வளர வாய்ப்பில்லாமல் போயிற்று.

அலுவலர்கள் ஒவ்வொரு வாரமும் வருகிறார்கள். கருப்பு அலைகள் படிந்திருக்கும் தகவலைப்பற்றிக் குறிப்பு எடுக்கிறார்கள். மணல் மேட்டில் இருந்துகொண்டு தங்களுக்குள்

பேசிக்கொண்டார்கள். அவர்களின் ஷேவ் செய்யப்பட்ட தாடையையும் தாண்டி காற்றானது அவர்கள் அணிந்திருந்த 'கோட் காலரை' அழுத்தியது.

அவர்கள் செய்திகளை அளிப்பதற்கு மிகத் தாமதமாயிற்று. எங்கள் கிராமத்தில் நாங்கள் பசியோடு இருக்கிறோம். ஆனால், நாங்கள் இன்னும் நகரத்தின் மத்தியில் இருப்பது போன்ற உணர்வில்தான் உள்ளோம்.

தமிழில்: இராம.குருநாதன்

ஜென்னிபர் வில்லியம்ஸ்சன் (1946)

பெண் எழுத்தாளரான இவர், பிலெடெல்பியாவில் வசித்துவந்தவர். கதைகள் மட்டுமன்றிக் கவிதை புனையும் ஆற்றலும் இவரிடம் உண்டு. அமெரிக்கா கவிஞர்களுக்கான கழகத்திடமிருந்து கவிதைக்கான விருதினைப் பெற்றவர். தகவல் தொடர்பில் பணியாற்றும் இவர், கேட்டலிஸ்ட் ரைட்டிங்கில் இருப்பவர்.

தேடல்

தன் மகன் டேவிட்டின் படுக்கை அறையின் தரையில் அமர்ந்திருந்தாள் எடித் மில்லர். பைன் மர நிழலில் சூரியனின் ஒளிக்கற்றை சன்னலில் சாய்வாக ஊடுருவியது. எடித் கால்களை மடக்கியபடியே மடித்துவைக்கப்பட்ட பேண்ட்டுகளை அடுக்கினாள். ஜீன்ஸ், காகீஸ், ஸ்வெட் பேண்ட் ஆகிய பேண்ட் வகைகளைச் சீராக அடுக்கிவைத்தாள். டேவிட் இறந்து ஒன்றரை வருடங்கள் ஆயின. இருந்தாலும் அவன் அந்த அறையில் இன்னமும் இருந்துகொண்டு இருக்கிறான். அவனை இழந்த நிலையில் உணர்வு வயப்பட்ட அவள் அந்தச் சூழ்நிலையில் அந்த அறையில் வேகமாக நடப்பதைத் தவிர்த்தாள். டேவிட்டின் உடைமைகளை அவனுடைய பெண் தோழியான மேகனும், அவனும் தங்கி இருந்த அறையிலிருந்து அவற்றை 'யூ–'ஹாலில் உள்ள 'லாங்க்' தீவின் வீட்டிற்கு அவற்றை அவனுடைய அப்பா அனுப்பிவைக்கும் வரை எடித் அந்த அறையில் வேகமாக நடந்து செல்வதைத் தவிர்த்தாள். சோகத்தில் இருந்தாலும் டேவிட் சீனியர் அந்த வீட்டுக்குச் செல்லும் வழியை மறந்திருந்தான். எடித் அவனை நம்பி ஒப்படைத்தாள். அறையில் வைத்தவை வைத்தபடியே இருக்கிறதா என்று நோட்டம் விட்டபடி அந்த அறைக்குள் நுழைந்தாள். சிறிது நேரத்திற்குப் பிறகு டேவிட்டின் உடைமைகள் முன் அமைதியாக வந்து நின்றாள். அறை அவளை நடுப்பகுதிக்கு நகர்த்தியது. பையனைப் பற்றித் தன் நினைவுச் சரத்தில் இருந்தவற்றை அந்த அறையை அவசரமாகப் பார்த்தபடிநோட்டம் விட்டாள். அந்த அறை நீண்ட நாள்களாகச் சுத்தம் செய்யப்படாமல் இருந்ததைப் பார்த்தாள். ஒருசமயம் டேவிட்டிடம் சொன்னது இந்தக் காலைப் பொழுதில் நினைவு வந்தது; 'காலம் என்பது இதுதான் போலும்!"

ஐயர்லாந்தின் கவுண்டி கார்க்கின் ஒதுங்கிய மலைச்சரிவின் அடியில் மேகன் மண்டியிட்டபடி அமர்ந்திருந்தாள். அவளது முழங்கால்கள் அழுக்குப் படிந்திருந்தன. நீலக் கைக்குட்டையால் கருமை படர்ந்த தலைமுடியை சுற்றியிருந்தாள். கற்சிலையில் படிந்த தூசியை 'ஷேவிங் பிரஷ்' கொண்டு தூய்மைப்படுத்திக் கொண்டிருந்தாள்.

கொலம்பியா பல்கலைக்கழக மாணவர்கள் ஆறு மாதங்களாக ஒன்பதாம் நூற்றாண்டைச் சேர்ந்த துறவிகளின் மடத்தை அங்கே தோண்டிக் கொண்டிருந்தனர். மற்றக் கல்லூரி மாணவர்கள் அங்கே மூன்று வாரங்களாகத் தங்கியிருந்து பலவற்றை முன்னமே கண்டுபிடித்திருந்தனர். மடத்தின் தெற்குப் பகுதியில் தனி அறையில் புத்த பிக்குகள் உறங்கிய இடம் அது. ஒரு களஞ்சியம், பிரான்சின் மது ஜாடி– மற்றும் கிடைத்த அரிய பொருள்களை –குறிப்பாக, ஜாடியின் அடிப்பாகத்தை ஆய்வுக்காகப் பரிசோதனைக் கூடத்திற்கு அனுப்பி வைத்தனர். பானைகள், கல்லால் ஆன பாத்திரங்கள், அரிய கண்ணாடிப் பொருள்கள், 'வைகிங்' வணிகர்களோடு துறவிகள் வைத்திருந்த வணிக உறவுக்குரிய அடையாளங்கள் 'நார்ஸ்' கத்திகள், மடத்துறவி தங்கியிருந்த இடத்தில் வைக்கப்பட்டிருந்த எச்ச மிச்சங்களில் இருந்து மேகனுக்கு ஒரு பல்லில்லாத சீப்பு ஒன்று கிடைத்தது. அது வெகுநாள்களாக உபயோகப்படுத்தப்பட்டிருக்க வேண்டும். அதில் கைரேகை படிந்த அடையாளம் இருந்தது. ஐந்து விரல்களும் அச்சாகப் பதிந்திருந்தன. கைப்பிடி 'ரெயிண்டீர்' மானின் எலும்பால் உருவாக்கப்பட்டிருக்கவேண்டும். மேகன் இப்போது கல்லால் ஆன கீழே சாய்க்கப்பட்டுக் கிடந்த பெரிய சிலுவை ஒன்றைத் தோண்டிக் கொண்டிருந்தாள். மூன்றடிச் சிலுவையின் அடிப்பாகத்தை மட்டுமே தோண்டி எடுக்கப்பட்டிருந்தது. அது 'செல்டிக்' சிலுவை. அதை வெளியே எடுத்த பிறகுதான் தெரிந்தது. அதன் நுணுக்கமான வேலைப்பாட்டிற்குப் பின்னால் ஒரு கதை இருந்தது. முதன் முதலாக ஐயர்லாந்தில் கிறித்தவ மதத்தை அறிமுகப் படுத்திய போது, அந்த ஆரம் புறச்சமயங்களின் குறியீடாக இருந்துள்ளது. செல்டிக் சிலையைக் கண்ட பிறகு, கிறித்தவ மிஷனரி அதனைத் தங்களுடைய சின்னமாக ஆக்கிக் கொண்டனர். ஒளிவட்டத்தோடு கூடிய சிலுவை அது. அதனை மேகன் மிக விரும்பினாள். மூன்று நாள்களுக்கு முன்பாக அவள் அவ்வாறு கண்டுபிடித்தது, நம்பமுடியாத அதிர்ஷ்டம் என்று நினைத்துக்கொண்டாள். சிலுவையின் புறத்தோற்றத்தில் செதுக்கப்பட்டிருந்த பழங்கால விலங்குகள் பளிச்சென்று காணப்

பட்டன. வட்டமும் , கோடுகளுமான பகுதிகள் இன்னும் நிலத்திற்கு அடியில் புதையுண்டிருந்தன. அவள் தொடர்ந்து பணியில் ஈடுபட்டிருந்தபோது சிற்பங்கள் சிலுவையின் தோள்பகுதி ஒளிவட்டத்தைக் கடந்து இருந்தன அவளது பார்வையில் சூரியக் கதிர்களாகத் தோன்றின. பள்ளத்தில் குனிந்து வேலை செய்து கொண்டு இருந்த நிலையில் சுற்றி இருந்தவர்களை அவள் நினைக்க வில்லை. அங்குச் சூழ்ந்திருந்த காற்றின் ஈரப்பதத்தையோ, மணிக்கணக்கில் சிலையைத் துடைத்துக் கொண்டிருந்ததால் தோள்களிலும், கைகளிலும் ஏற்பட்ட வலியையோ அவள் பொருட்படுத்தவில்லை. அவள் தான் கண்டு பிடித்த கற்சிலையினை உலகிற்கு அளித்ததைத் தவிர வேறு எதனையும் எண்ணவில்லை.

* * *

டேவிட்டின் பேண்ட்டை மடித்துவைத்த பிறகு எடித் அவனது அறைக்குள் சென்று 'கப்–போர்டில்' வழக்கமாக அவன் அணியும் 'ஷூ' வகைகளை அப்புறப்படுத்தினாள். அவனுக்குப் பிடித்தமான 'ஷூக்'களில் ஒரு ஜோடி காணாமல் போயிருந்தது. அது புதையுண்டிருக்கலாம். அல்லது எரிந்து போயிருக்கலாம். எதுவென்று அவளுக்குத் தெரியவில்லை. அவனது 'ஸ்வெட்டரை' அப்புறப்படுத்தினாள். அவனுக்கு பின்னலாடையான 'ஸ்வெட்டர்' பிடிக்கும். பள்ளிப்பருவத்தில் அணிந்திருந்த மிகத் தளர்ந்து தொங்கிய நிலையில் உள்ள அவனது 'டி'ஷர்ட்டுகளை அவள் ஒரு நாளும் மடித்து வைத்தது கிடையாது. அவற்றில் வாசகங்கள் எழுதப்பட்டிருக்கும். பழைய நிழற்படங்களில் எடித் நோட்டமிட்டாள். டேவிட் இத்தாலியில் இருந்தது, பொழுது போக்கியது, மேகனும், டேவிட்டும் நயாகரா அருவியின் பக்கத்தில் எடுத்துக்கொண்ட படம், அவர்கள் இருவரும் சேர்ந்து நடனம் ஆடிய படம், கழுத்துவரை உயர்ந்திருந்த கருப்பு உடை அணிந்திருந்த தோற்றம், நீண்ட சுருள் முடி கொண்ட விசித்திரமான தோற்றம், சகதி படிந்திருந்த ஒரு குழியிலிருந்த நிலையில் மேகனின் தோற்றம், சூட் அணிந்த டேவிட், இருவரின் முதல் சந்திப்பு, இருபது வயதில் இருந்த டேவிட்டின் தோற்றம், வீட்டில் இருந்தபோது சாதாரண உடையில் இருந்த டேவிட் , இருவரும் பூங்காவில் நெருங்கி அமர்ந்திருந்த காட்சி, காமிராவைப் பிடித்தபடி தங்களைப் பார்த்துக்கொண்டிருக்கும் காட்சி, சில விடங்களில் மங்கலான நிலையில் இருந்த படங்கள், போட்டோவின் ஓரத்தில் மகிழ்ச்சியாய்ச் சிரித்தபடி இருந்த படம் இவற்றை எல்லாம் பார்த்துக் கொண்டிருந்தாள் எடித்.

மேகனோடு தோண்டுவதில் பங்கு பெற்றவன் ஜோஸ்வா. அவன் உயிரியல் மானிடவியலில் பட்டம் பெற்றவன். ஒரு மாதகாலமாகத் தோண்டிக் கொண்டிருக்கிறான். ஜோஸ்வாவிற்கு அடர்த்தியான பொன்னிற முடி; வெளிறிய நீல நிறக்கண்கள்; அந்தக் கண்கள் மேகனைத் திடுக்கிட வைத்து அச்சமூட்டியதும் உண்டு. ஏதாவது விளக்கங்களை அவளுக்குச் சுட்டிக்காட்டிப் பேசும்போது அவளது புறங்கையைத் தொட்டான். அவன் அவ்வாறு தொடும்போது மேகன் எச்சரிக்கையாக இருந்தாள்.

ஜோஸ்வா எலும்பைப்பற்றிய பாடங்களைச் சிறப்பாக எடுத்துப் படித்தவன். அந்த வகையில் மேகன் அவனிடத்து ஈடுபாடு கொண்டிருந்தாள். குழி வெட்டப்பட்ட இடத்திற்கு அருகில் ஒரு கூடாரம் அமைத்துத் துறவிகள் மடத்தின் அருகில் இருந்த இடுகாட்டுப் பகுதியினின்றும் தோண்டி எடுத்த எலும்புகளை அந்தத் தொல் பொருள் ஆராய்ச்சிக் குழு மேசை மீது வைத்தது. அந்த எலும்புகள் தங்களது கதைகளை ஜோஸ்வாவிடம் சொல்லின. அதில் ஒன்று எலும்பு நோய் சம்பந்தப்பட்டது. எலும்புகளின் இணைப்பு இங்கே கெட்டிப்பட்டிருப்பதைப் பார்; அது உடைந்த பகுதியின் மீதமுள்ள துண்டு. இதுதான் குணமாகியிருக்க வேண்டிய பகுதி. இன்னொன்று குமிழாக உள்ள பகுதி இது 'சிபிலிஸ்' நோய் கண்டு இறந்திருக்கவேண்டும். எலும்பை இலேசாகத் தொட்டுப்பார்த்துவிட்டு ஒவ்வொன்றையும்,அவளிடம் விளக்கிச் சொல்லிக்கொண்டிருந்தான். அதனால்தான் ஜோஸ்வா அவள் கைகளைத் தொட்டான்.

ஒரு நாள், வேலை முடிந்த பிறகு ஜோஸ்வாவும், மேகனும் 'சான்ட்விச்' சாப்பிட்டுவிட்டு, இரும்புக் காலத்தைச் சார்ந்த ஒரு மலைப் பகுதியைத் தோண்டி ஆராய்வதற்காக மலை மீது ஏறிச்சென்றனர். அந்த மலை செங்குத்தாய் இருந்தது. வட்டமான தோற்றமுடைய மலை அது. பார்ப்பதற்குத் திடீரென்று உயர்ந்தும் தாழ்ந்தும் இருக்கும்படியான தோற்றம். மலையின் உச்சி தட்டையாக இருந்தது. கழிவு நீர் சூழ்ந்து காணப்பட்ட பகுதியை அடுத்து ஒரு கோட்டை இருந்தது. கோட்டையின் அந்தப் பகுதியில் பழைய வரலாற்றை நினைவூட்டும் வகையில் மரத்தாலான பொருள்கள்கள் சுக்கு நூறாக உடைந்து கிடந்தன.

இங்கிலாந்தில் ஏதோ ஓரிடத்தில் இப்படிக் கல்லால் ஆன கோட்டைகள் இருந்ததாக அவர்கள் சொன்னார்கள். இவ்வாறு அகழ்ந்தெடுத்த பள்ளத்தில் நின்று மேகனைப் பார்த்தபடி, அமைதியான சூழலுக்கு இடையே ஜோஸ்வா சொன்னான்: கல்

வட்டைகள் இங்குச் சுவர்களாகப் பயன்படுத்தப்பட்டுள்ளன. இந்த பிரிட்டீஷ் தீவுகளில் இது போலக் கோட்டை ஒன்று உள்ளது. "உள்ளே நுழையும் வாசல் எதுன்னு சொல்லு" என்றான் அவன். பள்ளமும் மண்ணால் ஆன இடங்களும் சுற்றிப் பார்க்க முடியாமல் உள்ளன. இரண்டு குதிரை வண்டிகள் அருகருகே செல்லும்படியான அகலத்தில் ஒரு நுழைவு வாசல் இருந்தது. மேகன் கதவிற்குப் பின்னால், மேற்கே பார்த்தபடி நின்றாள். அவளுக்குப் பின்னால் ஜோஸ்வா பள்ளத்தை நோக்கியவாறு நிலத்தில் காலை உந்தித் தாவினான். அந்தச் சுவர்கள் கனமாக இருந்தன. இருவருமே எதற்காகவோ பயந்தார்கள். 'வைகிங்க்' என்று ஏதோ உரக்கக் கூறினாள். ஜோஸ்வா என்று அவன் அவ்வாறு அழைத்தது அவளுள் நடுக்கத்தை ஏற்படுத்தியது. அவள் இளங்கலையில் ஆய்வு செய்தது 'வைக்கிங்க்' பற்றிதான். 'வைக்கிங்க்' என்ற பெயர் பூண்ட அவர்கள் புறப்பட் டெழுந்தால், கடலில் எழும் புயலைப் போல ஆர்ப்பரித்துத்தான் எழுவார்கள். தாங்கள் இருக்கும் இடங்களை அடிக்கடி மாற்றிக்கொண்டே பயணிப்பது அவர்களின் வழக்கம்.

ஜோஸ்வா தோளை அசைத்துக்கொண்டான். நிலமே பெயர்வது போல இருந்தது. அந்த அசைவு. மலை மெல்ல நகர்வது போல இருந்தது. அவனது அந்த அசைவினைப் பெரிய கனமான ஒரு பொருளைத் தூக்கி வைப்பது போல என்றும் சொல்லிவிட முடியாது.

"பல்கலைக் கழகம் இப்படி ஏதாவது ஒன்றை இது போலக் கண்டுபிடிக்கும் என நீ நினைக்கிறாய் இல்லையா?"

"இருக்கலாம்."

அதன்பின் மேகன் மௌனமானாள். ஜோஸ்வா மெல்ல அடியெடுத்து அந்த இடத்தைவிட்டு நகரத்தொடங்கினான். "எனக்குப்பசிக்கிறது" என்று கடைசியாகச் சொன்னான். பள்ளத்தின் ஓரத்தில் அமர்ந்துகொண்டு அவர்கள் 'சான்ட்விச்சை' சாப்பிட்டார்கள். நெருப்பில் வாட்டிய வஞ்சிர மீனை ஐரிஷ் மக்கள் எப்படிச் சாப்பிடுவார்களோ அப்படி மென்மையான கோதுமை ரொட்டியில் உப்பில்லாத வெண்ணெயிலிட்டு கடலைப் பார்த்து ரசித்தவாறு சாப்பிட்டனர்.

சிறிது நேரத்திற்குப் பிறகு, ஜோஸ்வா மேகனைப் பார்த்தான். அவனது கண்களை அவள் முதலில் கவனிக்கவில்லை. பசுமைநிறந்த வயல்களை, சாம்பல் நிறமாய்ப் படர்ந்திருந்த கடலை, ஒளி

பாய்ச்சிக்கொண்டிருந்த சாம்பல் பூத்த வெள்ளை நிற வானத்தை பார்க்கும் வாய்ப்பை அவள் இழந்தாள். கபில நிறப்பசுக்கள் வயல்களைத் தாக்கின. சுற்றுப்புறச் சுவர்களின் நடுவில் இருந்த புற்களை நுகர்ந்தபடி அவை உக்கிரமாக மேயத்தொடங்கின. அருகே ஒரு 'சர்ச்' சிதில மடைந்திருந்ததைப் பார்த்தாள். செல்ட் இன மக்களின் மாறுபட்ட பார்வையில் உருவாகியிருந்தது. அவர்கள் ஒரு காலத்தில் அங்கு வாழ்ந்தவர்கள் மரத்தால் ஆன சுவர்களில் இருந்து கடல் கொள்ளைக்காரர்கள் கண்காணிப்பதாக அது இருந்தது.

"மேகன், உன்னைப் பத்தி நான் தெரிஞ்சுக்க ஆசைப்படுறேன். நாம எல்லா வேலைகளிலும் ஒன்னாவே இருந்து செயல் படுறோம். ஆனா, இதுநாள் வரை நான் உன்னைப் பத்தி தெரிஞ்சுகிட்டதில்லே" - என்றான் ஜோஸ்வா.

மேகன் அவனைப் பார்த்தாள். எந்த ஒரு 'வைகிங்'கைவிடவும் அவன் அழகாகத்தான் தோற்றமளித்தான்."இங்கு நூற்றாண்டுகளாக வசித்து வந்த மக்களிடம் பழகிய உணர்வு இருப்பதாகச் சில சமயங்களில் அறிகிறேன். ஆனால், இன்றைக்கு இருக்கும் மக்களைப் பற்றி அறியாதிருக்கிறேன். "சிறிது நேரத்திற்குப் பிறகு இதனை அவனிடத்துச் சொன்னாள். அவனது கண்களைச் சந்திக்க அனுமதி அளித்தாள். ஐரிஷ் மக்களின் தலைமுறை அழுக்கு என்று எல்லோருக்கும் தெரியும் என்பதைக் கற்பனை செய்தாள்.

ஜோஸ்வா சிரிப்புக்கிடையே "அது இல்லே". என்று அவன் சொன்னதும், அதனை ஒரு பொருட்டாக அவள் எடுத்துக் கொள்ளவில்லை. அவனோ அவளை நோக்கிப் பல்லிளித்தான்.

"நான் எப்படித் தோண்டுகிறேன் என்று கவனி" என்று சொல்லிவிட்டு அவன் அவளது தோளில் கை போட்டவாறே நெருக்கமாக அவளிடம் சாய்ந்தான். "நான் ஒன்னை விரும்புறேன் மேகன்" என்று மெல்லிய குரலில் சொன்னான்.

மேகன் அவனிடமிருந்து தன்னை விலக்கிக்கொண்டாள். அவளது அச்சம் அவளைக் கண்ணீர் விடச்செய்தது. "நான். என்னால் முடியாது" தீர்க்கமாகச் சொன்னாள். "இல்லை. இல்லை. நான் ஒன்னை விரும்பலே"

"என்னை நீ விரும்பலையா?" ஒரு கூச்சமுமின்றி உடனே அவன் கேட்டான். அவள் அவனை ஒரு மாதிரியாகப்பார்த்தாள். அவளது கண்களில் கண்ணீர் ததும்பி நின்றதைக் கண்டான். கண்டுவிட்டு முகஞ்சுழித்தான். "அழுகிறாயா? நான் அப்படி

என்ன தப்பு செஞ்சுட்டேன்?" அவளது முகத்தைப் பார்த்துக் கேட்டான்.

"ஒன்றுமில்லை!" என்று சொல்லி அவனது கைகளைத் ,தட்டிவிட்டு தான் அணிந்திருந்த துணியால் கண்ணீரை ஒருவித அச்சத்தோடு துடைத்துக் கொண்டாள்.

"நான் திரும்பிப் போகவேண்டியிருக்கு"

"நானும் உன்னோட வர்றேன். "அவளோடு ஜோஸ்வா புறப்படத்தயாரானான்.

"இல்லை. இல்லை. நீ இங்கேயே இரு" என்று சொல்லிவிட்டு மேகன் மலையி லிருந்து கீழிறங்கினாள். அவன் அதே இடத்தில் நின்றுகொண்டிருந்தான். நீ பயணத்தைத் தொடர இருக்கிறாய். இல்லையா? அவன் சொன்னான்.

"நீ இங்கேயே இரு. ஜோஸ்வா!" கூக்குரல் இட்டாள் மேகன். குரலோ டேவிட்டின் குரலாகப் பதில் வந்தது. ஹெலிகாப்டர் அனுப்பினார்கள். 'கவலைப்படாதே. நான் உன்னைக் காதலிக்கிறேன் மேகா". மேகன் இப்போது பாதையை விட்டு விலகிய வாறு ஓடலானாள். அந்த மலை செங்குத்தாயும், வழுக்கிவிடும்படியும் இருந்தது. கண்களில் விரைவாகக் கண்ணீர் வந்துகொண்டிருந்தது. அவளால் பார்க்கக்கூட இயலவில்லை. பாதி தூரம் சென்றதும் திரும்பிப்பார்த்தாள். பையில் கை வைத்தபடி ஜோஸ்வா இன்னும் மலையுச்சியிலேயே நின்று கொண்டிருந்தான். அவனுக்கு யாரும் உதவுவார் இன்றிக் காற்றுக்கு எதிராக அவன் இயங்க முடியாமல் அப்படியே கீழே கவிழ்ந்து கொண்டிருந்தான்.

மாலை நேரம். மாணவர்கள் மதுக்கடைக்குப் போன பின்னர், மேகன் எழுந்தாள். குழி தோண்டப்பட்ட இடத்திலிருந்து அவர்களின் விடுதி ஒரு மைல் தூரத்தில் இருந்தது. விடுதியில் ஒரே அறையில் சிலர் தங்குவதற்கு இடமளிக்க, அதிர்ஷ்டவசமாக மேகனுக்குத் தனி அறை கிடைத்தது. சிற்றறையைக் காட்டிலும் சற்றே அவள் இருந்த அறை கொஞ்சம் பெரியது. இரும்புக் கட்டிலும், அலமாரித் தட்டுகளும் இருந்தன. அவள் அந்தத் தனிமையை விரும்பி ஏற்றாள். இருட்டில் படுத்தபடியே விழித்துக் கொண்டு ஜோஸ்வா தன் தோளில் கை போட்ட போது அதனை வெறுத்ததை எண்ணிப் பார்த்தாள். அது வெளிப்படையான துன்பம். மறுபடியும் அவன் தன்னோடு பேசுவானோ என்று அவளுக்குத் தெரியாது. அவனுடைய இதயத்திலிருந்து தன்னை நீக்கிவிடுவானோ? அப்படியும் செய்வான். அவ்வாறு

செய்வதைத்தான் அவள் விரும்பினாள். அவனது நீலநிறக் கண்களும், பொன்னிற முடியும், தாடைப்பகுதியில் இருந்த கூரிய வெட்டுத்தழும்பும் அவளுக்கு நினைவு வந்தன. அவனது கையின் சூட்டையும் அவள் உணர்ந்திருந்தாள். அப்படிப்பட்ட அதீத சூட்டு உடம்பு கொண்டவன் அவன். ஆயிரமாயிரம் சூழ்நிலைகள் அவளை அழுத்திக்கொண்டிருக்கும்போது, அவளது உள்ளார்ந்த மகிழ்ச்சி கரைந்து போனது. கால்களை மார்போடு அணைத்தபடி மெல்லிய போர்வைக்குள் முடங்கி நடுங்கிக்கொண்டிருந்தாள். டேவிட் இறந்தான். தனக்குள் அந்த நினைவு வரவே அவன் எப்படி இறந்துபோனான்? என்ற நினைப்பு வந்து போனது.

* * *

எடித்துக்குத் தூக்கம் இல்லாமல் போனது. பெரும்பாலான இரவு நேரங்களில் டேவிட் பற்றிய நினைவலைகளால் அவள் அடிக்கடி எழுந்துகொண்டாள். அவள் அவனைப்பற்றிய எண்ணங்களை நினைவுத் தடத்திலிருந்து விலக்க முயன்றாள். குழந்தைப் பருவத்தில் இடுப்பில் கட்டியிருந்த ஆடைகளை, குறிப்பாகத் தளர் நடைப்பருவத்தில் நடை பயின்றதை, 'அந்தச் சிறிய வயதிலேயே 'மைக்ராஸ்கோப்' பின் மீது கொண்டிருந்த ஆர்வத்தை, இறைச்சித் துண்டை உண்பதில் அவனுக்கிருந்த வெறுப்பை எல்லாம் நினைவுக்குக் கொண்டுவந்தாள் அந்த மனப்போராட்டங்கள் அவளை வெறுமை கொள்ளச் செய்தன. அவனது குழந்தைப் பருவத்தை நினைவில் தோண்டித் துருவிப்பார்த்தாள். இரவில் அவள் கண்முன் அது ஒரு பாதுகாப்புக் கவசமாக அவளுக்குத் தோன்றின.

கடைசி நேரத்தில் டேவிட்டின் படத்தை வரைய இருந்தபோது , அவன் அதிலிருந்து நழுவியது கண்டு வியந்துபோனாள். அதற்கெல்லாம் அவனுக்கு நேரம் இருந்த தில்லை. யாருக்காகவாவது உதவி செய்யவே அவனுக்கு வேலை சரியாக இருக்கும். அதற்காக அடிக்கடி வெளியே போய்விடுவான். அவன் இரும்பாலும், சிமெண்டாலும் ஆன கல்லறையிலிருந்து விழுந்துவிட்டானா? சன்னலிலிருந்து கீழே விழுந்தானா? பலத்த காற்றடித்ததால் வீசி எறியப்பட்டானா? அல்லது அவன் எரியூட்டப்பட்டானா? என்றெல்லாம் சில சமயங்களில் அவற்றையெல்லாம் எண்ணிப் பார்த்து அவளாகவே தன்னை வருத்திக் கொண்டாள். அவன் பிறந்த சூழலில் அவனிடம் நெருக்கமான பாசத்தைக் காட்டியவள் அவள். அவனது இறப்பு மட்டும் அவளுக்கு இன்னும் புலப்படாத புதிராகவே இருந்தது.

டேவிட்டின் அம்மா ஒரு காலைப் பொழுதில் அவனது மேசையைத் திறக்கத் தொடங்கினாள். அவனது இடுப்பாடைகள் யாவும் ஒழுங்காக மடித்து வைக்கப்பட்டிருந்தன. அவற்றை வெளியே எடுத்து விரித்தாள். மறுபடி அவற்றை மடித்தாள். வெள்ளை நிறப்பருத்தி ஆடைகள் இருந்தன. அவற்றை ஒருங்கு சேர்த்தாள். மிகப்பழையதான அவற்றைக் கிழித்தாள். அவற்றைக் கைகளால் நீட்டிப் பிரிக்க அவற்றின் இழைகள் எல்லாம் கைவிரல்களில் சிக்கி இருந்தன. அவை அவனுக்குப் பிடித்தமான ஆடைகள். மிகவும் பொருந்திய சட்டைகள் அவை. அதிக விலை கொண்டவை. வரிசையாய் அவற்றை அடுக்கிவைத்தாள். பழையன, புதியன ஆகியவற்றைத்தனித்தனியாக வைத்தாள். அப்படியே அடுக்கி வைத்துவிட்டு அழத்தொடங்கினாள். டேவிட்டிற்கு மிகவும் பிடித்தமான ஆடை ஒன்றை எடுத்து முகத்தை அதில் புதைத்துக்கொண்டு விம்மி விம்மி அழுதாள்.

'ஐந்தாவது கிரேடில் வகுப்பெடுத்த ஆசிரியரைப் போலவே இவளும்' என்று, ஜோஸ்வா சொன்னான்.

அந்த எலும்புக் கூடாரத்தில் பகலுணவு சாப்பிட்டவாறே விளக்கம் சொல்லிக் கொண்டிருந்தான் அவன். அவனது முகத்தருகே ஒரு மஞ்சள் நிறத்திலிருந்த மண்டை ஓட்டைப் பிடித்திருந்தான். 'சாண்ட்விட்சை' சாப்பிட்டுக் கொண்டிருந்த மேகன் அதனைப் பார்க்கவில்லை.

அந்த மண்டை ஓட்டின் பற்கள் பயங்கரமாகவும், பரிசுத்தமாகவும் இருந்தன. அவற்றை அவளிடம் சுட்டிக்காட்டினான். அவன் கூறியதை அவள் கேட்கவில்லை. அவன் எல்லா நேரங்களிலும் விசித்திரமாகவே காணப்பட்டான். அவன் வேண்டுமென்றே உதிர்த்த சிரிப்புத் துணுக்குகளில் ஆவள் ஈடுபாடு காட்டவில்லை. அவற்றை எதிர்பார்க்கும் நிலையிலும் இல்லை.

"மேகா!" இதோ பார். நான் ஹாம்லெட்! இந்த மண்டை ஓடு பாவ ஜன்மமான ஏழை யோரிக்கோவோ! அல்லது ஹோரேஷியோவோ! என்பதை நான் நன்றாக அறிவேன்.

மேகன் வார்த்தையால் சீறியபடியே சொன்னாள். "அதனைத் தள்ளி வை. அது யாருடைய மண்டை ஓடோ?"

"நீ ஒரு போலி" என்று சொல்லிவிட்டு, அந்த மண்டை ஓட்டை மேசை மீது அது எந்த இடத்தில் இருந்ததோ அந்த இடத்தில் வைத்தான்.

தமிழில்: இராம.குருநாதன்

"நீ என்னை அப்படி நினைச்சிருந்தா, அந்த இடுகாட்டிலிருந்து இந்தப் பொருள்களை எல்லாம் ஏன் நீ தோண்ட விரும்பவேண்டும்?"

"அவர்களைப் பற்றித் தெரிஞ்சுக்கத்தான்." சிரிப்பாக ஒன்றையும் சொல்லிவிடாதே" என்று சொல்லி முகஞ்சுழித்தவாறே 'சான்ட்விச்சை'க் கடித்துத் தின்று கொண்டிருந்தாள்.

"ஜீஸ் உன்னைச் சிரிக்க வைக்கத்தான். "உணவுப் பொட்டலத்தைத் திறந்தவாறே ஜோஸ்னா அவளருகில் வந்து உட்கார்ந்துகொண்டான். "என்னை இதுவரை. நீ பயமுறுத்திய தில்லை. "அவன் சொன்னான்."ஆமாம். இதுவரை இல்லை."

மேகன் உறைந்து போனாள். அவன் அவளிடம் நெருங்கிவந்தான். அவள் ஓ. கே சொன்ன பிறகு, "தான் நடைப் பயிற்சி போகப்போறேன்." என்று சொல்லி எழுந்துகொண்டாள். அவள் வேகமாக நடப்பதைக் கண்டு அவனது கண்கள் விரிந்தன. அவள் நடந்து செல்வதை அவன் நிறுத்தவில்லை. ஜோஸ்வா விடமிருந்து விலகி இருந்த மேகன் தோளின் இறுக்கத்தை உணர்ந்து கழுத்தைத் திருப்பிக் கொண்டாள். பகல் உணவு இடைவேளையில் அநேக மாணவர்கள் புல்வெளியில் மண்டியிட்டவாறு அமர்ந்திருந்தனர். மாதிரிப் பொருள்கள் வைக்கப்பட்டிருந்த கூடாரத்தில் சிலர் உட்கார்ந்திருந்தனர். மேகன் அவர்களிடம் இருந்து விலகி வரிசையாக இருந்த வேலியைக் கடந்து சென்றாள்.

அந்த இடம் முழுவதும் சங்கிலி வேலிப் போடப்பட்டிருந்தது. ஒன்பது அடி உயரமிருக்கும். 'ரேசர் ஒயரால்' அது பிணைக்கப்பட்டிருந்தது. அது அண்மை யில்தான் போடப்பட்டிருந்தது. இரவில் திருடர்கள் வேலியைத் தாண்டி வந்து பொருள்களைத் திருடிச் சென்றதால் அந்த ஏற்பாடு. அவர்கள் அப்படித் திருடிச் சென்றவற்றில் அருமையான ஜாடியும். ஒரு மண்டை ஓடுமாகும். அவற்றை எடுத்துச் சென்றிருப்பது மேகனுக்கு வருத்தம் அளித்தது. அந்தத் திருடர்கள் ஒரு புதை குழி அமைத்து அதன் வழியே உள்ளே புகுந்து எடுத்து மறைந்தோடியதை அறிந்த பின்னால் அவளால் அதனைத் தாங்கிக்கொள்ள முடியவில்லை. ஏனென்றால் அந்த மண்டை ஓட்டைப் பற்றிய தகவலை முதன் முதலாக உலகிற்கு அவர்கள் அறிவித்திடுவார்கள் என்று எண்ணியதே அதற்குக் காரணம்.

இதற்கிடையே அவள் திரும்பிவந்தாள். பகல் உணவு இடைவேளை நீண்டது. துறவியர் மடத்தின் சமையற்கட்டு என்று நம்பப்பட்ட சிறு பள்ளத்தில் மாணவர் கூட்டம் ஒன்று திரண்டது.

மேகன் கூட்டத்திற்கு அப்பால் இருந்த ஜோஸ்வாவைப் பார்த்தாள். அவள் மற்ற பகுதிகளைச் சுற்றி வந்தாள். அவர்களுக்கிடையே பல இறந்த மனித உடல்களைச் சேகரிக்க விரும்பினாள்.

இடைக்காலப் பொறுப்பிலுள்ள பேராசிரியர் டாக்டர் மெக்கன்லி பள்ளத்தில் நின்று கொண்டிருந்தார். ஒல்லியான உடம்பு. நெட்டையான உருவம். வழுக்கைத் தலையாக இருந்தாலும் கொஞ்சம் முடி இருந்தது. இன்று அவரைப் பற்றிப் பரபரப்பான செய்திகள் நிலவின. அவரது இமையிலும் முடியிலும் ஒரு வித ஒளி வீச்சு இருக்கும். அவர் தம்மைச் சுற்றிலும் கூடியிருந்த மாணவர்களைப் பார்த்துச் சொல்லிக் கொண்டிருந்தார்: "இது இங்கிருக்க வேண்டியதில்லை. இடுகாட்டின் மேற்குப் பகுதியில் இவை போன்றவை அதிக அளவு கிடைத்ததை நாம் கண்டுபிடிச்சிருக்கோம். ஆனால், தொன்மையான குப்பைக் கூளத்தில் இது கிடைச்சிருக்கு. இந்த இடத்தில்தான் அவர்கள் ஒவ்வொருவரும் மிருக எலும்புகளை எறிவார்கள். கழிவுகளையும் அப்படித்தான் எறிவார்கள். "மனித உடலை ஏன் அவர்கள் குப்பைக் கூளத்தில் எறிவதில்ல?"

மேகனுக்கு நல்ல பசி. வயிற்றைக்கிள்ளியது. மாணவர்களைப் பார்த்துப் பேராசிரியர் சொன்னார்; 'நீங்க ஏதாச்சும் சொல்றீங்களா?" அவ்வாறு உடலை எறிவதற்கு'பிளேக்' நோய் காரணமா இருந்திருக்கும் என்றனர் சிலர். 'பிளேக்'காக இருந்தால் அவர்கள் இது மாதிரி உடலை விட்டுச் சென்றிருக்கமாட்டார்கள். உடல் எரிவதையோ அல்லது புதைக்கப்படுவதையோதான் செய்திருப்பார்கள். அந்த நோயாக இருக்குமானால் உடலைத் தொடுவதற்குப் பயப்படுவார்கள் என்றார். அங்கிருந்த ஒரு குழியில் குனிந்தவாறே இறங்கி. இங்கே, பாருங்க என்று சொல்லி விட்டு, தரைக்குப் பக்கத்தில் இருந்த குழியின் பக்கச் சுவர்களைச் சுட்டிக் காட்டினார். மண் வெளிறிக் காணப்பட்டது. சுற்றி எங்கும் இலேசான பொடிமணல். குழியின் சுவரில் குறுக்காக ஒரு வெள்ளைக் கோடு காணப்பட்டது. வெளிப் படையாக மேகனுக்கு அந்தக் கோடு தெரிந்தது. குழியின் அடியில் என்ன இருந்தது என்று அவளால் ஊகிக்கமுடியாதிருந்தது. "இது எலும்பின் சாம்பல், இரண்டு அடிக்குக் கீழ் வரை இப்படிப்பட்ட அடுக்குத்தான் தென்படும். குழி எண் நான்கில் பார்த்தோம் இல்லையா, அது போலக் குழி எண் ஆறும் அப்படித்தான். இதே அளவில்தான் எல்லாக்குழிகளும் உள்ளன. இது எரியூட்டும்

தமிழில்: இராம.குருநாதன்

இடமாகத்தான் இருந்திருக்கவேண்டும்" என்று சொல்லிக் குழியை விட்டு வெளியே வந்தார்.

மேகன் பசுமையான புல்வெளியை நோக்கி நகர்ந்தாள்.

பேராசிரியர் மெக்கன்லி சுற்றும் முற்றும்பார்த்தார். 'இது இங்கிலீசுக்காரனுக்காக இருந்திருக்க வேண்டும்' என்று சொன்னார். கூட்டத்தில் யாரோ ஒருவன்கேட்ட கேள்விக்கு இவ்வாறு பதில் சொன்னார். 'ஒரு வேளை 'வைகிங்க்'காகக் கூட இருக்கலாம். ஏன் என்று அதற்குக் காரணம் கூறுவேன். "மேற்கே ஒரு மைல் தூரத்தில் இருந்த திசையை நோக்கிச் சுட்டிக்காட்டினார். அது ஒன்பதாம் நூற்றாண்டைச் சார்ந்தது. அவர் கூறினார். 'கடல் பயணத்தில் மக்களை ஏற்றிக் கொண்டு வந்ததாய் இருக்கவேண்டும். அடிமைகளைப் பிடித்தும் வந்தவர்களாய் அவர்கள் இருந்தார்கள். அவர்களுக்கு அந்த இடம் அருகில் இருந்தது. வளமாகவும் இருந்தது. இது போன்ற பெரிய மடங்களில் சில இடத்துத் தங்கம் நிறைந்ததாய் இருக்கவேண்டும். இதுவரை அதற்கான ஆதாரம் நமக்குக் கிட்டவில்லை. அநேகமாக வைகிங்க் இந்த இடத்தைவிட்டு விட்டுச் சென்றிருக்கவேண்டும் என்று சொல்லி முடித்தார்.

மேகன் கண்ணீர் வடித்தாள். 'வன்முறைக்கு ஆளான இடம். வாழ்வும் சாவும் இந்த இடத்தில்தான்'

நண்பகலுக்குப் பின் ஜோஸ்வா அமைதியாய் வேலையில் ஈடுபட்டிருந்தபோது, 'செல்டிக்' சிலுவை இருந்த பகுதிகளை மேகன் மறுபடி தோண்டத்தொடங்கினாள். மேலே இருந்த கைப்பகுதியும், வலது குறுக்குத் தண்டுப் பகுதியும் உடைந் திருந்தன. வளைவான பகுதி காணாமல் போயிருந்தது. சிலுவையைக்கீழே தள்ளி யாரோ உடைத்திருக்கவேண்டும். அதனை மேகன் கவனமுடன் துடைத்தாள். சிதலமான பகுதிகள் பளிச்சென்று தூய்மையாகத் தெரிந்தன.

மேகன் தோண்டிய பகுதியிலிருந்து மேலும் சில ஆதாரங்கள் கிடைத்தன. தான் கண்டுபிடித்த ஆய்வினை உலகிற்கு முதன்முதலாகத் தெரிவித்துவிட வேண்டும் என்று எண்ணினாள். எல்லாவற்றையும் கண்டுபிடித்து உண்மையை உலகிற்கு உணர்த்தவேண்டும் என்ற வைராக்கியத்துடன் தீவிரமாகச் செயல் பட்டாள்.

* * *

சில கணங்களுக்குப் பிறகு, எடித் டேவிட்டின் சட்டையைக் கீழே வைத்தாள். பீரோவைத் திறந்து பார்க்க டேவிட்டின் காலுறைகள் இருந்தன. நேர்த்தியாக மடிக்கப்பட்டிருந்த அவற்றை எடுத்துத் தரையில் வைத்து ஒன்று இரண்டு என எண்ணினாள். பத்து ஜோடிகள் இருந்தன. அவற்றை விரித்து டேவிட்டின் காலுக்குப் பொருந்துமாறு இருந்திருக்குமா என்று ஒருமுறை நோட்டம் பார்த்தாள். மறுபடி பீரோவைத் திறந்து பார்க்க அது காலியாக இருந்ததோடு ஏதோ ஒன்று எடித்தின் கையைப் பதம் பார்த்தது. அதன் பின்தான் தெரிந்தது. அது ஒரு வெல்வெட் பெட்டி என்று.

நேரமாகிவிட்டிருந்தது. பெரும்பாலான மாணவர்கள் 'பார்'களை நோக்கிச் சென்று கொண்டிருந்தனர். மேகன் தனது அறையிலேயே இருந்தாள். தன் பெற்றோரிடமிருந்து தொலைபேசி வரும் என்று காத்திருந்தாள். அன்றைய இரவில்தான் ஒரு சடலம் ஒன்றைத் தான் கண்டதாக அவளுடைய அம்மா அவளிடத்துச் சொன்னாள். அந்தச் சடலத்தை அண்மையில்தான் ஒரு பள்ளத்திலிருந்து இழுத்து மேலே கொண்டுவந்தார்கள் என்றும் சொல்லியிருந்தாள். பரிசோதனைக்குப்பிறகு புதையுண்டவர்களில் மூன்று பேர்களின் அடையாளத்தைக் கண்டனர். அது டேவிட்டின் சடலம் இல்லை.

ஒரு வருடம் ஓடிவிட்டது. டேவிட்டிடம் இலவங்கத்தின் நறுமணம் வீசும் வியர்வையின் வாசம் மேகனுக்கு நினைவு வந்தது. ஒரு பல் செதுக்கப்பட்ட நிலையில் இருந்ததும், சதுரமான நகங்களும் அவளுக்கு ஞாபகத்திற்கு வந்தன. வேடிக்கை என்றால் என்ன என்று அறிந்திராத அவள், அவனது சிரிப்பால் தானும் தனது சிரித்த பொழுதுகளில் அவனும் சிரித்து மகிழ்ந்ததை நினைவிற்குக் கொண்டுவந்தாள்.

அவையெல்லாம் எப்படிக் கரைந்து போயின என்பதை அவளால் சீரணிக்கமுடியவில்லை. முன்பு போலத் தன் கைகளால் கால்களை அணைத்தபடி படுக்கையில் உட்கார்ந்திருந்தாள். தாங்க முடியாத சோகம் அவளை வாட்டியது. ஜோஸ்வா அந்த நேரத்தில் அங்கு வந்து அவளது சோகத்தை மாற்ற முயன்றான். மேகன் யாரோடும் ஒன்றாக உறங்கியதில்லை, டேவிட்டைத் தவிர. டேவிட் மிக உயரமானவன். ஆஜானுபாகான தோற்றம் கொண்டவன். ஜோஸ்வா மெலிந்தவன். ஒல்லியாக இருப்பவன். டேவிட்டின் அகன்ற மார்பில் கருமுடி அடர்த்தியாக இருக்கும். அது கழுத்து வரை உயர்ந்து படர்ந்திருக்கும். அவ்வாறு இருந்தது மேகனுக்குப் பிடித்திருந்தது. ஜோஸ்வாவின் மார்பு

மென்மையானது. அவன் அவளது கழுத்தில் முத்தமிட்டான். அந்தப்படுக்கையில் நுழைந்தான். அவ்வாறு இருந்த போது கதவைத் திறக்காமலே டேவிட் உள்ளே நுழைந்தான். அவர்களின் படுக்கையின் ஓரத்தில் வந்து அமர்ந்துகொண்டான். கண்கள் மறைக்கப் பட்டிருந்தன. போய் விடு. மேகன் அவனைப் பற்றி நினைத்தாள். அந்த நினைவில் இருந்து திடீரென்று தன்னை விடுவித்துக்கொண்டாள். டேவிட் இருட்டிற்குள் நகர்ந்து போனான்.

* * *

முட்டை வடிவில் இருந்த வைர மோதிரம் பன்முகமாக ஒளிவீசியது. அதனை எடித் தனது கையில் வைத்துப் பார்த்துக் கொண்டிருந்தாள். அது அவளது வாழ்க்கையையும் உடல் நலத்தையும் பற்றிய செய்திகளைச் சொன்னது. அது சிறிதாக இருந்தாலும் நன்றாகச் சிறப்பு வாய்ந்ததாக இருந்தது. அதனை வெளிச்சத்தில் இப்படியும் அப்படியும் திருப்பினாள். அது பல பரிமாணங்களில் ஒளி வீசியது. அந்த அறையில் அமைதி தவழ்ந்தது. டேவிட்டே அவளது எதிர் வினையைக் கவனிப்பது போல இருந்தது. அந்த மோதிரத்தை விழுங்க நினைத்தாள். மறுபடி கைகளால் இப்படியும் அப்படியும் திருப்பினாள். டேவிட் அதனை அந்த அறையில் அதனை ஒருவருக்கும் தெரியாமல் மறைத்து வைப்பதாக அவளுக்குப் பட்டது. காலணி உறையை நகர்த்தி அதனை மறைத்து வைத்தாள். பீரோவின் இழுவையை மூடினாள். அதனை வெளிப்படுத்த நல்ல நேரம் வருமென்று நினைத்தவளாய், இந்த வீட்டில் எங்கே அவன் வளர்ந்தானோ அங்கேயே பாதுகாப்பாய் இருக்கட்டும். ஒரு வித சினம் கூடிய நன்றி உணர்ச்சியில் அதனை வெளிப்படுத்த ஆசைப்பட்டாள். மேகனைத் தொலை பேசியில் அழைக்க நினைத்து, மேசையில் உள்ள முகவரிக் குறிப்பேட்டைத் தேடினாள். மேகனின் பெற்றோரின் தொலைபேசி எண் கிடைத்தது. டேவிட்டின் கையெழுத்தில் அது இருந்தது. டேவிட்டின் அறையை விட்டு வெளியே வந்தவள் மேகனிடம் தொடர்புகொள்ளத் தொலைபேசி எண்ணைச் சுழற்றினாள். மறுமுனையில் மேகனின் தந்தை 'ரிஸிவரை' எடுத்தார்.

'ஹலோ !'– மேகனின் தந்தை குரல் தொண்டையின் ஆழத்தில் இருந்து வருவது போல இருந்தது.

"நான் டேவிட்டின் அம்மா எடித் மில்லர் பேசுறேன்"

டேவிட்டின் பெயர் அவர்களிடையே மறுபடி உயிர்பெற்று வருவதுபோல. இருந்தது. மேகனுடைய அப்பா முதலில் பேசுவதற்குத் தயங்கினார். ஆயினும் டேவிட்டின் பெயர் என்னவோ அவரது உதட்டில் ஒட்டிக்கொண்டது.

"எப்படி இருக்கீங்க?"

"நாங்க நல்லா இருக்கோம்."என்று பன்மையில் எடித் அப்படிச் சொன்னது அவளுக்கே புரியாமல் இருந்தது. அவருடைய மகள் இருப்பதும், எடித் மகன் உயிரோடு இல்லை என்பதைப் போலவும் மேகனின் தந்தை குரல் இருந்தது.

ஒரு வகையான குற்றவுணர்வும், ஒரு வித மகிழ்ச்சியும் கலந்த நிலையை எடித் உணர்ந்தாள். மேகாவின் தந்தையின் குரல் நோயாளியின் நலிவு போல மெலிந்திருந்தது. நாங்கள் என்று அவள் பன்மையில் சொன்னது அவளைப் பொறுத்தவரை சரி என்று தோன்றியதாக இருந்தது.

"டேவிட்டின் உடைமைகள் சிலவற்றை ஒப்படைக்கத்தான் அழைத்தேன்" என்றாள் எடித். "மேகன் சிலவற்றை அவன் ஞாபகமாக வைத்திருக்க விரும்புவாள் என்று அறிவேன். அவளை எவ்வாறு தொடர்பு கொள்வது? சொல்றீங்களா?"

"ஓ. நிச்சயமா! அவர் அவ்வாறு போனில் பேசியபோது அவரிடம் இருந்து வந்த பெருமூச்சினை எடித் கவனிக்கத் தவறவில்லை. மேகனின் எண்ணை அவர் சொல்லவும் குறித்துக்கொண்டு நன்றி தெரிவித்துவிட்டுத் தொலைபேசியை வைத்தாள்.

* * *

டேவிட்டின் எலும்பைத் தோண்டி எடுப்பதாக மேகன் கனவு கண்டாள். அதில் படிந்திருந்த தூசு தும்புகளைப் 'பிரஷால்' சுத்தம் செய்தாள். அந்தப் பணியில் நீண்ட நேரமாய் ஈடுபட்டாள். அவன் சடலத்தில் ஒரு மெல்லிய குறி அல்லது கீறல் மங்கலாகத் தெரிந்தது.

அதற்கு ஒரு வருடமும் ஐந்து மாதமும் பதினோரு நாளுமாக ஆயின. சூரிய உதயமும் அஸ்தமனமும், மழையும், பனியும் மறுபடி சூரியன் ஒளி வீசுவதுமான பொழுதுகளில் எல்லாம் அவள் இடைவிடாது தோண்டிக் கொண்டும், சுத்தப் படுத்திக் கொண்டும் இருப்பதாகக் கனவு கண்டாள். அவனது எலும்புகளில் இருந்த தூசிகளை அப்புறப்படுத்தி அவை பளிச்சென்று ஆகும் வரையில் கனவுலகில் ஆழ்ந்தாள்.

தமிழில்: இராம.குருநாதன்

மாணவர்கள் அந்த இடத்தை விட்டுத் தாங்கள் சேகரித்த பொருள்களோடு கிளம்பத் தயாரானார்கள். ஜோஸ்வா மேகனுக்காக அங்குக் காத்திருந்தான். டேவிட்டின் எலும்புகளை அவனது காலடியில் வைத்தாள். 'டேவிட்டுக்கு என்ன நடந்தது என்று என்னிடம் சொல்' என்று கேட்டாள்.

தொண்ணூற்று மூன்றாம் தளத்தின் முதல் கோபுரத்தில் அவன் இருந்தான். அவர்கள் இருந்த அறை நகர்ந்தது. ஏதோ நிகழ்வதாகத் தோன்றியது. அவன் அவளிடம் தைரியமாக இருக்கச் சொன்னான். அவர்கள் ஹெலிகாப்டர்களை அனுப்பிக் கொண்டிருந்தனர். எங்களுக்கு ஒன்றும் நேராது. நாங்கள் நன்றாகத்தான் இருப்போம். மேகா நான் உன்னைக் காதலிக்கிறேன். பின்னணியில் ஏதோ விசித்திர மான ஒலி அமைதியாகக் கேட்டது. மேகனுக்கு எங்கோ எதுவோ நிகழ்கிறது என்பது புரிந்தது. டேவிட்டின் குரலுக்குப் பின்னால் வந்த அமைதியை எதிர் கொள்ள அவளுக்குத் தெரியவில்லை. அந்தக் குரலில் புகையின் மௌனம் இருந்தது. கோபுரம் விழுந்ததைச் செய்தித் தாளில் பார்த்த பிறகு, வீட்டுக்கு விரைந்தாள். கால தாமதமாகிவிட்டது. அவன் அளித்த தகவலால் அவளது மூட்டுகள் செயலிழந்தன. இறுதிக்கட்டத்தில்தான் அவளால் கவனிக்க முயன்றது. உரத்துக் குரல் எழுப்ப முயன்றாள். தான் முற்றுமாக அழிந்துவிட்டதாக உணர்ந்தாள்.

தொலைபேசிக்கு அருகிலேயே அழைப்பு வரும் என்று வெகுநேரமாய்க் காத்திருந்தாள் எடித். மோதிரத்தை ஒரு கையில் இறுக்கமாகப் பிடித்துக்கொண்டு மறு கையால் மேகனின் முகவரியை ஒரு துண்டுத் தாளில் எழுதிக்கொண்டாள். என்ன செய்யவேண்டும் என்று எனக்குச் சொல். அவள் முணுமுணுத்தாள். அவளுக்குத் தெரிவிக்க விரும்பினால் என்னிடம் சொல் என்று சொல்லிவிட்டு டேவிட்டுக்காகப் பிரார்த்தித்தாள். அந்த அறை அமைதியாக இருந்தது. வீடு முற்றிலும் அமைதி. அந்த அமைதி உலகையே அமைதியில் ஆழ்த்துவதாக இருந்தது. எடித் நீண்ட நேரம் அமர்ந்திருந்தாள். இனி பொறுக்கமுடியாது என்ற உணர்வு வரும் வரை அப்படியே உட்கார்ந்திருந்தாள். அவள் மனத்தில் டேவிட் அமைதியாக இருக்கிறான் என்றே அவளுக்குத் தோன்றியது. அவளுக்குப் பதிலும் கிடைத்தது.

* * *

காலையில் சடலத்தைக் குழியிலிருந்து அவர்கள் எடுத்துச் சென்றார்கள். மலையின் பின்னாலிருந்து அச்சுறுத்தியவாறு மழை

மேகங்கள் ஒன்று திரண்டன. எஞ்சியிருந்த ஒவ்வொரு எலும்பையும் அவர்கள் இரவுக்கு முன்னர்தான் வரிசைப்படுத்தினார்கள். மிச்சம் கிடைத்தவற்றைப் பதிவு செய்தார்கள். அடுத்ததாக துண்டு எலும்புகளைக் குறியிட்டு அடையாளப்படுத்தினார்கள். அவர்கள் அவற்றைச் சேகரிக்குமுன் மேகன் அவற்றை முதன்முதலாகப் பார்த்தாள். மனிதரின் சிறுசிறு முண்டும் முடிச்சுகளும், விலா எலும்புகளும், தொடை எலும்புகளுமாகச் சேகரிக்கப்பட்டன.

டாக்டர் மெகன்லி சிறுசிறு துண்டு எலும்புகளை அவளிடம் கொடுத்தார். அது முதுகெலும்பின் துண்டுதுண்டான பகுதியாகும். தாளின் சிறு வட்டத்தில் 74 சி. என்று குறிக்கப்பட்டிருந்தது. எலும்புக் கூடாரத்திற்குள் நடந்துவந்த அவள் இப்படியும் அப்படியுமாய் எலும்பினைத் திருப்பினாள். விசித்திரமாக இருந்த பகுதிகளைக் குறித்துக்கொண்டாள். துளையிடப்பட்டு உடைந்துபோன மேல்பகுதியைப் பார்த்தாள்

அவள் கூடாரத்திற்குள் செல்ல அங்கு மாணவர்க் கூட்டம் திரண்டிருந்தது. மாணவர்கள் மேசையைச் சுற்றி நின்றிருந்தனர். எலும்புகளை இணைத்து மனித உருவ அமைப்பாக்க முனைந்தனர். ஜோஸ்வாவும் அங்கிருந்தான். முதுகு எலும்புகளைச் சரியாகப் பொருத்தியவாறு மாணவர்களுக்கு விளக்கம் அளித்து அவர்களுக்கு உதவுவதில் ஈடுபட்டிருந்தான். ஜோஸ்வா அவளைப் பார்த்தான். திடீரென்று மேகன் அவர்களிடமிருந்து ஓடி விடுவதாகக் கற்பனை செய்தாள். கூடாரத்திலிருந்து ஓடுவதாக எண்ணினாள். பள்ளத்தைக் கடந்து– மாணவர்களின் அதிர்ச்சியான முகங்களிலிருந்து அவர்களின் கண்களிலிருந்து விலகி ஓடி மழை பெய்யும் திறந்த வெளிக்கு ஓடிவிடுவதாகக் கற்பித்துக்கொண்டாள்.

ஜோஸ்வா கண்கள் எலும்புக் கூடாரத்தில் நிகழ்வதைப் பார்த்தபடி கூப்பிடு தூரத்தில் போய்க்கொண்டிருந்த அவளைக் கையசைத்து அழைத்தான். அவள் புறபட்டுப் போனாள். கால்களை மிகவும் எச்சரிகையாக அடிஎடுத்து வைத்தாள். நிலத்திலிருந்து பூதங்கள் கிளம்பி அவளை நோக்கி வருவதான ஒரு மனப்பிரமை. நடந்துசென்று கொண்டிருந்த அவள் பைகளில் எலும்பினை இட்டுக் கைகளை இறுக்கமாகப் பிணைத்துக்கொண்டாள். அந்த எலும்புத் துண்டு மேகனுடையது தானா என்பதை அறிய அது அவள் கைகளில் இருந்தது. அவனை இழந்த இழப்பில் அவளிடம் எஞ்சி இருந்தது அது மட்டுமே!

●

யோகியோ மிஷிமா (1925-1970)

கிமிதகே ஹிரோகா என்ற புனைபெயரில் எழுதிவந்த ஜப்பானிய எழுத்தாளர். கவிஞர், நாடகாசிரியர், நடிகர், திரைப்பட இயக்குநர் என்ற பன்முக ஆளுமை கொண்டவர். மூன்று முறை நோபல் பரிசுக்காகப் பரிந்துரைக்கப்பட்டவர். இருபதாம் நூற்றாண்டின் மிகச் சிறந்த படைப்பாளிகளில் ஒருவர் என்று. பன்னாட்டளவில் பேசப்பட்டவர். அவரது சிறந்த படைப்பு மரபும், புதுமையும் சார்ந்த அழகியல் என்றாலும், அது காமம், மரணம் மற்றும் பொருளாதார மாற்றம் முதலியவற்றில் ஜப்பானியப் பண்பாடுகளைப் புரட்டிப்போட்ட புதுமையுடையது. பன்னிரண்டு வயதில் மிஷிமா கதை எழுதத் தொடங்கினார். கதை எழுத வரும் முன் வாகா கவிதைகளை எழுதிவந்தார்.

ஜப்பானின் சிறந்த எழுத்தாளரான யசுனாரி கவாபட்டாவைச் சந்தித்துத் தம் படைப்புகளுக்கான அங்கீகாரத்தைப் பெற்றார். கியோட்டோவில் உள்ள ஆலயம் எரியுண்டதைப் பற்றி தி டெம்பிள் ஆஃப் கோல்டு பெவிலியன் என்ற நூலில் அந்நிகழ்வினைக் காணலாம். அவரது படைப்புகளில் தனித்துப் புகழ்பெற்ற சிறந்த படைப்பான அழகிய விண்மீன் என்று பொருள்படும் உட்சுகுஷி ஹோஷி என்ற அறிவியல் புனைவில் அமைந்த நாவலாகும் மிஷிமா தனது இறுதி பத்தாண்டுகளில் முழு நீள நாடகங்கள் எழுதிவந்தார். நாற்பது நாவல்களும், பதினெட்டு நாடகங்களும், இருபது சிறுகதைத் தொகுதிகளும், இருபது கட்டுரை நூல்களும் எழுதிய மிஷிமா தன்னைத் தானே சிதைத்துக் கொள்ளும் தற்கொலையில் தன் வாழ்வை முடித்துக்கொண்டார்.

குழந்தை ஆடை

டோசிகோவின் கணவன் எப்போதுமே சுறுசுறுப்பானவன். இன்றிரவு கூட ஒரு வேலை நிமித்தமாகவிரைவாகச்செல்லவேண்டியிருந்தது. அவளை வாடகைக்காரில் வீட்டுக்குப் போகச்சொல்லிவிட்டுச் சென்றான். ஒரு நடிகன் அழகனாய் இருக்கும் பட்சத்தில் அவனை மணந்துகொண்ட ஒரு பெண்ணுக்கு என்ன எதிர்பார்ப்புகள் இருக்கமுடியும்? மாலை நேரத்தை அவனுடன் கழிக்க வேண்டும் என்று நினைத்த அவளின் முட்டாள்தனமான எதிர்பார்ப்பை என்ன வென்பது? அவள் தனிமையில் வீட்டுக்குப் போனால், அவள் எப்படி அச்சப்படுவாள் என்று அவனுக்குத் தெரிந்திருக்கவேண்டும். மேற்கத்திய கலைப்பாணியில் அமைந்துள்ள மரச்சாமான்களோடூடே தரையில் இன்னமும் பளிச்சென்று காட்டும் அந்த இரத்தக் கறை படிந்து அழியாமல் இருக்கும் சூழ்நிலையில் தனியாக அவளால் வீட்டில் இருக்கமுடியுமா?

டோசிகோ சின்ன வயசிலிருந்தே மிகவும் உணர்ச்சிவயப்படுபவள். அப்படி வளர்ந்துவிட்டவள். அவளது குணம் அது. அவள் தொடர்ந்து கவலைப்பட்டதன் காரணமாக ஒருபோதும் அவள் உடல் எடை கூடியதில்லை. இப்போது வயதானதும் தூலமான ஓர் உருவமாக, இரத்தமும் சதையும் கொண்ட ஓர் உயிரின மாய்த்தான் தெரிந்தாள். அவளோடு பழகினாலேயே அவளது பலவீனமான நொய்ம்மையான உணர்வுகள் தெரியவரும்.

மாலை நேரத்தில் ஒரு இரவு விடுதியில் அவள் தன் கணவனோடு சேர்ந்து கொண்டாள். அந்த சம்பவத்தின் சுவடுகளைக் கொஞ்சமும் எண்ணிப் பார்க்காமல் அவன்

தன் நண்பர்களோடு மகிழ்ச்சியாகப் பொழுது போக்கிக் கொண்டிருப்பதைக் கண்டு அதிர்ச்சி அடைந்தாள். 'அமெரிக்கன் ஸ்டைலில்' அவன் சிகரெட்டைப் புகைத்தபடி அமர்ந்திருந்தான். அவளது கண்களுக்கு அவன் புதியவனாகவே காணபட்டான்.

இசைக்குழு பிறர் கவனத்தை ஈர்ப்பதைக் காட்டிலும் தான் பிறரைக் கவரவேண்டும் என்பதற்காகப் பகட்டான அங்க அசைவோடு விசித்திரமான கதை ஒன்றை அவன் சொல்லிக்கொண்டிருந்தான்.

"வேலை வாங்கித்தரும் ஒரு நிறுவனத்திலிருந்து நம் குழந்தையைப் பார்த்துக் கொள்ள ஒரு நர்ஸ் வந்திருக்கா" என்று சொன்னான். முதன் முதலில் நான் அவளது வயிற்றைக் கவனித்தேன். உள்ளாடையில் ஒரு தலையணையை வைத்துத் தைத்திருப்பதைப் போல, அது பெரிதாக இருந்தது. அதில் ஆச்சரியப்படுவதற்கு ஒன்றுமில்லை. மிச்சம் மீதமிருப்பவற்றை ஒன்றாகச் சேர்த்துத் தின்றுவிடக்கூடும் என்பதாக அவளது தோற்றம். அவள் எங்கள் தானியக் குதிர் மெருகேற்றப் பட்டதைப் போல! அவன் நெட்டி முறித்தான். தான் கொண்ட பசி பற்றியும், வயிற்றுப்பொருமல் பற்றியும் அவள் விவரித்தாள். நர்சரியிலிருந்து வந்த முனகல் ஒலியையும், புலம்பலையும் நாங்கள் நேற்று முன் தினம் கேட்டோம். நாங்கள் வேகமாகச் செல்லவும் அவள் இரு கைகளால் வயிற்றைப் பிடித்துக் கொண்டு தரையில் உட்கார்ந்திருப்பதைப் பார்த்தோம். ஒரு பசுவின் கதறலாக அவளது முனகல் இருந்தது. அவளுக்கு அருகில் எங்கள் குழந்தை கட்டிலில் கிடந்தது. அவனுடைய புத்திசாலித்தனத்தையும், நெஞ்சு விம்ம அழுது கொண்டிருந்ததையும் பார்த்தோம். அந்த அற்புத சம்பவத்தை, "நான் உங்களுக்குச் சொல்ல முடியும். !"

குழந்தை கருப்பையிலிருந்து வெளியே வந்துவிட்டதாக அவர்களுடைய நண்பர்களின் ஒருவன் குறிப்பிட்டான்–அது டோசிகோவின் கணவனைப் போல என்று.

உண்மையில் அதுதான் நடந்தது. என் வாழ்க்கையில் எனக்கு ஏற்பட்ட அதிர்ச்சியும் அதுதான். வயிற்றுப் பெருக்கத்தின் கதையை முழுவதுமாகச் சீரணித்துக் கொண்டேன் என்பது உங்களுக்குத் தெரியும். சரி, நேரத்தை நான் விரயமாக்கியதில்லை. எங்களது நல்ல போர்வையை எடுத்துவிட்டு, அவள் படுப்பதற்கென்று ஒரு தரைவிரிப்பை விரித்தோம். கிடுக்கியில் சிக்கிக்கொண்ட பன்றியைப் போல, ஓயாமல் அவள் கத்திக் கொண்டிருந்தாள். டாக்டர் அந்த நேரத்தில் வந்தார். அவர் வருவதற்கு முன்பே

குழந்தை பிறந்திருந்தது. நாங்கள் அமர்ந்திருந்த இடம் ஓர் இறைச்சிக் கூடம் போலக் காட்சியளித்தது.

“ஓ! நான் உறுதியா அப்படித்தான் நினைக்கிறேன்”, என்று அவர்களது மற்றொரு நண்பன் சொன்னதும் அங்கிருந்த எல்லோரிடத்தும் சிரிப்பொலி வெடித்தது.

விசித்திரமாக இருந்தபோதிலும் நடந்து முடிந்த பயங்கரமான சம்பவத்தைக் கணவன் கதையாக விவரித்துக் கொண்டிருக்கும்போது, அவன் சொன்னதைக் கேட்டு மௌனியாய் இருந்தாள். அந்தச் சம்பவத்தின் சாட்சியாக அவர்கள் இருந்தார்கள். அவளுக்கு முன்னால் படுத்துக் கொண்டிருக்கும் குழந்தையைப் பார்த்த சிறிது நேரத்தில் அவள் கண்களை மூடிக்கொண்டாள். குழந்தை கீழே படுத்திருந்தது. மிகவும் நோஞ்சானாக இருந்த குழந்தையின் உடல் இரத்தக்கறை படிந்த தாளில் சுற்றப் பட்டிருந்தது.

ஒருவித கோபங்கலந்த வெறுப்போடுதான் டாக்டர் அப்படிச் செய்திருக்கிறார் என்று டோசிகோ உறுதியாக நம்பினாள். டாக்டரின் கோபத்தை மிகைப்படுத்துவது போல, அந்த அருவருப்பான சூழலில், அந்தக் குழந்தையைப் பெற்றவள் ஒரு வேசியாகத்தான் இருக்கவேண்டும். குழந்தையைத் துணியில் சுற்றுவதைக் காட்டிலும் ஒரு காகிதத்தில் சுற்றி விடும்படி டாக்டர் தனது உதவியாளரிடம் சொன்னார். டாக்டரின் இந்த இரக்கமற்ற நடவடிக்கை, புதிதாய்ப் பிறந்த குழந்தையால், டோசிகோவின் மனம் வருந்தியது. அவளது வெறுப்பின் உச்சக் கட்டத்தில் அவள் புதிதாக ஒரு கம்பளிப் போர்வையை அலமாரியிலிருந்து எடுத்தாள். அதில் குழந்தையை வைத்துச் சுருட்டினாள். கைவைத்த நாற்காலியில் அதனைக் கவனத்தோடு இறக்கிவைத்தாள்.

இவற்றையெல்லாம் ஒரு மாலை நேரத்தில் அவளுடைய கணவன் வீட்டிலிருந்து வெளியே போனதும் அவள் கச்சிதமாக முடித்திருந்தாள். அவனிடத்து அதைப் பற்றி அவள் ஒன்றும் காட்டிக்கொள்ளவில்லை. தான் மிகவும் நொய்ந்த மனம் கொண்டவள்; சொன்னால் பயப்படக்கூடும் என்று அவன் நினைத்திருக்கலாம். அந்த மிகையான அந்த நிகழ்ச்சி அவளது மனத்தில் ஆழமாக வேரூன்றியிருந்தது.

அவள் கணவனோ ‘ஜாஸ் ஆர்ச்செஸ்ட்ரா’ இசையில் திளைத்தபடி நண்பர்களோடு மகிழ்ச்சியாக அளவளாவிக்கொண்டிருந்தான். அன்றைய இரவில் அமைதியாக அமர்ந்து கொண்டு பழைய ஞாபகத்தில் இருந்தாள். கறை படிந்த பேப்பரில் சுருட்டித்

தரையில் படுக்க வைத்த அக் குழந்தையின் கோரக்காட்சியை அவள் மறப்பதற்கில்லை என்று அவளுக்கே தெரியும். அது இறைச்சிக் கடையை நினைவூட்டும் படியான காட்சி. வசதியான வாழ்க்கை வாழ்ந்த டோசிகோ, ஈனமான வழியில் பிறந்த அந்தக் குழந்தையை. நினைத்து அதன் மீது மிகுந்த இரக்கங் கொண்டாள்.

அந்தப் பெண்ணுக்கு ஏற்பட்ட அந்த அவமானத்தை அறியும் சாட்சியாக இருப்பவள் தான் ஒருத்தி மட்டுமே. காகிதத்தில் சுருட்டி வைக்கப்பட்ட அந்தக் குழந்தை படுத்திருப்பதை அந்தத் தாய் ஒருபோதும் பார்த்தது இல்லை. நிச்சயமாய்க் குழந்தைக்கும் அது தெரியாது. அந்தக் கோரக் காட்சியை என் நினைவில் பாதுகாக்கவேண்டியிருக்கிறது. குழந்தை வளர வளர அது தன் பிறப்பைப் பற்றி அறிந்துகொள்ள நினைக்கும். அவனிடம் அது பற்றிச் சொல்ல யாரும் இல்லை. அந்த இரகசியத்தைக் காப்பாற்றுவது வரை அந்தக் குற்றவுணர்ச்சியில் நான் இருப்பது எப்படிப்பட்ட விநோதம்! உண்மையில் சொல்லப்போனால், அவனை நான்தான் தரையிலிருந்து எடுத்தேன். போர்வையால் சரியாகப் போர்த்தினேன். கை வைத்த நாற்காலியில் தூங்குவதற்காகப் படுக்கவைத்தேன்.

இரவு விடுதியிலிருந்து அவர்கள் புறப்பட்டார்கள். டோசிகோ வாடகைக் காரில் ஏறிக்கொண்டாள். அவளுடைய கணவன், “அவளை யூசிகோமில் விட்டுவிடு” என்று ஓட்டுநரிடம் சொல்லிவிட்டுக் காரின் கதவினை வெளியில் இருந்தபடி மூடினான். டோசிகோ கண்ணாடி வழியாகக் கணவனைப் பார்த்தாள். மலர்ச்சியான முகத்தையும், வெண்ணிறப் பற்களையும் உற்றுநோக்கினாள். பின்னர் இருக்கையில் சாய்ந்தவாறு தன் தாம்பத்திய வாழ்க்கை பற்றி எண்ணினாள். அதில் வருத்தமிருந்ததையும் நினைத்துப்பார்த்தாள். இருப்பினும் கடந்துவந்த வாழ்க்கை மிக எளிதாயும், வலியற்றதாயும் இருந்திருப்பதை எண்ணிக்கொண்டாள். எண்ணங்களை வார்த்தைகளில் வடிக்க அவளுக்குச் சிரமப்பட வேண்டியிருந்தது. காரின் பின்னிருக்கையின் வழியே கடைசியாக ஒரு முறை கணவனைப் பார்த்துக் கொண்டாள். அவன் கால்கள் ‘நாஷ்’ காரை நோக்கி நடந்தன. பாதையைக் கடந்து செல்வோரிடையே அவனது பின்புறத் தோற்றம் மறையும் வரை பார்த்துக் கொண்டிருந்தாள்.

புள்ளியிட்ட கோடுகள் கொண்ட பாதை வழியே வாடகைக் கார் கடந்து சென்று கொண்டிருந்தது. தியேட்டர் வழியே சென்றது. அங்கு மக்கள் திரண்டு நடை பாதையின் முன் அடுத்த

காட்சிக்காக ஒருவரையொருவர் முந்திக்கொண்டு இருந்தனர். நிகழ்ச்சி அண்மையில்தான் முடிந்த போதிலும், விளக்குகள் அனைத்தும் அணைந்திருந்தன. அரைகுறையான இருட்டில் தியேட்டரின் முன்பக்கத்தை அலங்கரித்துக்கொண்டிருக்கும் 'செர்ரி பிளம்ஸ்' விளக்குகள் சிறிதான வெள்ளை நிறக் காகித்தில் பளீச்சென்று ஒளிர்ந்தன.

குழந்தை வளர்ந்து பெரியவனாக ஆனாலும் அதன் பிறப்பு இரகசியம் அறியப் படாமலே வளரும். அவன் மரியாதைக்கு உரிய குடிமகனாக ஆக முடியாது. இந்த எண்ணத்தில் தோய்ந்துபோனாள் டோசிகோ. கறை படிந்த காகிதத்தால் ஆன அந்த ஆடை அவனது வாழ்வு முழுமைக்குமான குறியீடாகப் போய்விடும். நான் அவனைப் பற்றி ஏன் ரொம்பக் கவலைப்படவேண்டும்? எனது எதிர்காலக் குழந்தை பற்றிய எண்ணம் என்னைத் தொற்றிக் கொண்டதால்தானோ? வருங்காலத்தில் எனக்குப் பிறக்கப் போகும் குழந்தை பற்றி இப்போதே நான் கவலைப்படுகிறேன். இப்போதிருந்து இருபது ஆண்டுகள் கழித்து, எங்கள் பையன் நல்ல உடற்கட்டோடும், அழகாகவும், படிப்பு நிறைந்தவனாய் வளர்ந்து, விதியின் விநோதத்தால் இன்னொரு பையனைச் சந்திக்க நேர்ந்து, அவனும் இருபதுக்கு ஆகிவிடுவான். அந்த வயதுடைய எவனாவது ஒரு பையன் காட்டுமிராண்டித் தனமாய் என் பையனைக் குத்திவிட்டால். ???

அந்த ஏப்ரல் மாதத்தின் இரவு வெம்மையாக இருந்தது. எதிர்கால எண்ணங்கள் டோசிகோவைப் பாதிப்பிலும் துயரத்திலும் ஆழ்த்தின. காரின் பின்னால் அமர்ந்திருந்த அவள் நடுங்கினாள்.

இல்லை. இல்லை காலம் வரும்போது, பையனின் இருப்பிடத்திற்கு அழைத்துச் செல்வேன். அவள் திடீரென்று தனக்குள் இவ்வாறு சொல்லிக்கொண்டாள். இப்போது இருபது வருடங்களில் இருக்கும் எனக்கு நாற்பத்து மூன்றாகிவிடும். அந்த இளைஞனிடம் சென்று அவனிடம் அனைத்தையும் நேராகப் பேசிவிடுவேன். காகிதம் சுற்றிய ஆடையைப் பற்றி, கம்பளிப் போர்வையில் எப்படி அவனைப் போர்த்தினேன் என்று சொல்லிவிடுவேன்.

வாடகைக்கார் இருட்டான அகலப் பாதையில் சென்று கொண்டிருந்தது. பூங்காவின் ஓரத்திலும், இம்பீரியல் பேலஸின் அருகிலுமாக நின்றது. தொலைவில் பெரு வெளிச்சம் உயர்ந்த அலுவலகக் கட்டடத்திலிருந்து தெரிவதைக் கவனித்தாள்.

இன்றிலிருந்து இருபது வருடங்களில் அந்த இழிவான குழந்தை வறுமையில் இருக்கும். அவன் தனிமையனாய், நம்பிக்கையற்றவனாய், வறுமைக்கு ஆட்பட்டவனாய் – ஒரு தனித்துவிடப்பட்ட எலியாய் உயிர் வாழ்ந்துகொண்டிருப்பான். அவனது பிறப்பு அவ்வாறு அமைந்தால் குழந்தைக்கு என்னதான் நிகழும்? அப்பாவைச் சபித்தும், அம்மாவை வெறுத்தும் வீதிகளில் திரிந்து கொண்டு இருப்பான் அல்லவா?

டோசிகோ துயரமான எண்ணங்களிலிருந்து விடுபட்டு ஒருவித திருப்தி அடைந்தாள் என்பதில் சந்தேகமில்லை. அவற்றிலிருந்து தன்னை இடைவிடாது வருத்திக் கொண்டாள். வாடகைக்கார் 'ஹான்ஷோமனை' நெருங்கியது. பிரிட்டிஸ் தூதரகத்தின் சுவர்களை விரைவாகக் கடந்தது. அந்த இடத்தில் மாசு படாத செர்ரி மரங்கள் வரிசையாய்ப் படர்ந்திருந்தன. ஒரு கண நேரத்தில் அந்த இரவில் அவள் அங்கே சென்று அவை மலர்வதைப் பார்த்தாள். கோழையும், பயமும் கொண்ட அவளின் எண்ணம் விநோதமாக இருந்தது. அத்தகைய மனநிலையில் வீடு திரும்ப அஞ்சினாள். தீர்க்கப்படாத ஆர்வங்கள் அவள் மனத்தில் அரும்பின.

இரவினூடே அவள் தனி ஒருத்தியாக, அகலமான வீதியைக் கடந்தாள். போக்குவரத்தின் விதிப்படி, பாதையைக் கடந்து செல்லும்போது, அவள் தன் தோழியின் கையைப் பற்றிச் செல்வது வழக்கம். இன்று இரவிலோ, கார்களின் சந்தடிகளுக்கிடையே அவள் வேகமாக அரண்மனை அகழியின் ஓரத்தே தனியாகச் சென்றாள்.

இரவில் பூங்கா முழுவதிலும் செர்ரி மரங்கள் பூத்துக் குலுங்கின. மௌன மேகங்கள் சூழ்ந்த வானத்தின் கீழே அவை வெண்ணிறப்பொதிகளாகப் படர்ந்திருந்தன. மரங்களிடையே இணைக்கப்பட்டிருந்த மின்கம்பிகளில் தொங்கிக் கொண்டிருந்த காகிதத்திலான வண்ணவிளக்குகள் அணைக்கப்பட்டிருந்தன. மங்கலான ஒளியில் பல வண்ணங்களில் மின்விளக்குகள் பூக்களின் அடியில் மின்னின. மணி பத்துக்குமேல் இருக்கும். மலர்களைப் பார்வையிட வந்த பலரும் வீடுகளுக்குத் திரும்பிக் கொண்டிருந்தனர். எப்போதாவது அங்கு வந்து செல்வோர் அந்தப் பூங்காவில் உலவிக்கொண்டிருந்ததோடு, அவர்கள் காலி பாட்டில்களை உதைத்துக்கொண்டும். கழிவுத் தாள்களைக் கால்களால் கசக்கியபடியும் சென்றனர்.

அங்கிருந்த கழிவுக் காகிதத்தைப் பார்த்த உடனே டோசிகோவுக்கு அந்தப் பழைய நினைவுகள் வந்தன. இரத்தம் தோய்ந்த அந்தக்

காகிதத்தை நினைத்துக் கொண்டாள். இரக்கத்திற்குரிய வகையில் பிறந்த குழந்தையைப் பற்றி எந்த மனிதராவது கேட்க நேரிட்டால், அங்குப் படுத்திருப்பது அவன்தான் என்று சொல்லத் தோன்றும். அவன் வாழ்க்கையை முற்றிலுமாக அழித்தது அது. அதனைப் பொறுத்தவரை நான் முற்றிலுமாகப் புதியவள் இன்றிலிருந்து அதனை இரகசியமாக வைத்திருக்கவேண்டியது. மனிதனின் வாழ்க்கை நிலை பற்றியது அது.

இந்த எண்ணங்களை இழந்து டோசிகோ பூங்கா வழியாக நடந்துசென்றாள். அந்தப் பூங்காவில் இருந்த தம்பதிகள் பலரும் இன்னும் அங்கேயே இருந்தனர். அவளை யாரும் கவனித்ததாகத் தெரியவில்லை. அகழிக்குப் பின்னால் ஒரு கல்லின் மீது இரண்டு பேர் அமர்ந்திருப்பதைப் பார்த்தாள். அவர்கள் செர்ரி மலர்ந்திருப்பதைப் பாராமல், தண்ணீரை அமைதியாக உற்று நோக்கியபடி இருந்தனர். கருக்கிருட்டு சூழ்ந்த அடர்ந்த நிழல். அகழியினைத் தாண்டி இம்பிரியல் பேலஸின் இருளடர்ந்த காடு அவளின் பார்வையிலிருந்து விலகியது. மரங்கள் இரவு வானத்தை மேலும் இருள் கவியச் செய்தன. பூக்கள் தலைக்கு மேலே தொங்கிக்கொண்டிருந்தன. அந்த வழியாக டோசிகோ மெல்ல நடந்தாள்.

மற்றவர்களின் பார்வையிலிருந்து சற்றே ஒதுங்கியிருந்த கல்லாலான 'பெஞ்சில்' ஒரு பொருள் இருப்பதைக் கண்டாள். அது வெளிறி இருந்தது. முதலில் அதைப் பற்றிக் கற்பனை செய்ய அவளால் இயலவில்லை. அது செர்ரி மலர்க்கொத்தாக இருக்கலாம். அல்லது பூங்காவிற்கு வந்து சென்றோரில் யாரேனும் மறந்து விட்டுப் போன ஆடையாகக்கூட இருக்கலாம். அருகில் சென்று பார்த்தாள். எதுவும் புலனாக வில்லை. மிக அருகில் வந்து பார்த்தாள். அவ்வாறு பார்த்தபோது ஒரு மனித உரு 'பெஞ்சில்' படுத்துக் கிடப்பதைக் கண்டாள். யாரோ ஒரு குடிகாரன் குடித்து விட்டுக் கவலையோடு அங்கு வந்து தூங்குவதாகவே அவளுக்குத் தோன்றியது. அந்த உடல் ஒழுங்காக காகிதத்தால் சுற்றப்பட்டிருந்தது. அந்த வெள்ளை நிறப் பேப்பர் டோசிகோவின் சிந்தனையைக் கலைத்துப் போட்டது. பெஞ்சில் ஏறி நின்று தூங்கிக் கொண்டிருந்த அந்த உருவத்தை உற்று நோக்கினாள்.

காகித அடுக்குகளால் சுற்றப்பட்டிருந்த அந்த உருவம் 'பிரௌன்' நிற ஜெர்ஸி உடையில் படுத்திருந்தது. அந்த இடம் இரவுப்பொழுதுகளில் அவனுக்குரிய வாடிக்கையான இடம் போலும்! இப்போது வசந்தகாலம் தொடங்கியிருந்தது. அந்த

தமிழில்: இராம.குருநாதன்

மனிதன் தூய்மையற்றிருப்பதையும், சிக்குப்பிடித்துப் போன தலை முடியுடன் இருப்பதையும் அவள் உற்று நோக்கினாள். காகிதத்தால் மடிக்கபட்ட அந்த உருவத்தை உற்று நோக்கியபோது,மடிந்திருந்த ஆடையோடு தரையில் படுத்திருந்த குழந்தையின் ஞாபகம் அவளுக்கு வந்தது. அதனைத் தவிர்க்க முடியாதாயிற்று. திடீரென்று ஒரு நீண்ட பெருமூச்சோடு ஏக காலத்தில் ஜெர்ஸி அணிந்திருந்த அந்த உருவத்தின் தோள்கள் உயரே எழுந்து விழுந்தது.

டோசிகோவின் அச்சமும், முன்னெச்சரிக்கை உணர்வும் ஒரு தூல வடிவம் எடுத்திருந்தது. இருட்டில் வெளிறியிருந்த அந்த மனிதனின் நெற்றி எடுப்பாகத் தெரிந்தது. அவன் ஓர் இளைஞன். வறுமையின் கொடுமையும் உழைப்பின் அருமையும் அந்த உருவத்தின் சுருங்கிய நெற்றியில் தெரிந்தன. அந்த உருவத்தின் 'காக்கி டிரௌசர்' சற்றே வெளியே இழுபட்டிருந்தது. காலுறை இல்லாமல் 'ஷூ' அணியப்பட்டிருந்தது. அவளால் அந்த உருவத்தின் முகத்தைப் பார்க்க முடியவில்லை. ஒரு க்ஷண நேரத்தில் பார்த்துவிடுவது என்று இருந்தாள்.

தலைப்பக்கமாய்ச் சென்று கீழே பார்த்தாள். தோள்களின் கீழ் அந்த மனிதனின் தலை அரைகுறையாகப் புதையுண்டிருந்தது. அந்த மனிதன் இளைஞனாக இருந்ததை அவள் எதிர்பார்க்கவில்லை. கற்றையான புருவ அடர்த்தியும், எடுப்பான மூக்கையும் கவனித்தாள். கொஞ்சம் திறந்திருந்த அவனது உதடுகள் உயிர்ப்போடு இருந்தன.

டோசிகோ மிக மிக நெருக்கமாக அவன் அருகே வந்தாள். அமைதியான அந்த இரவில் சுற்றிவைக்கப்பட்டிருந்த காகிதம் உலர்ந்து போன நிலையில் திடீரென்று அந்த மனிதன் கண்களைத் திறந்தான். அருகே நேராக நின்றிருந்த ஓர் இளம் பெண் இருப்பதைக்கண்டான். திடுமென எழுந்தவனின் கண்கள் பிரகாசமாக ஒளி வீசியது. அடுத்த விநாடி ஒரு பலமான கை எழுந்து , டோசிகோவின் மெல்லிய கரங்களைப் பற்றி இழுத்தது.

அவள் அச்சமுற்றவளாய்த் தெரியவில்லை. விடுவித்துக் கொள்ளும் முயற்சி யிலும் அவள் இருந்ததாகத் தெரியவில்லை. அவளிடத்துத் திடீரென்று ஓர் எண்ணம் உதித்தது. ஆ! இருபது ஆண்டுகள் முன்னமே ஓடிவிட்டன. இம்பீரியல் பேலஸின் காடு கருக்கிருட்டாய் இருந்தது. அங்கு முற்றிலுமாக அமைதி குடி கொண்டிருந்தது.

●

ஃபிரான்ஸ் காப்கா (1883-1924)

யூத குடும்பத்தைச் சார்ந்த இவர், ஆஸ்ட்ரியாவில் உள்ள பிரேக் என்ற இடத்தில் பிறந்தவர். குடும்பச் சூழலில் தந்தையால் பல துன்பங்களுக்கு உள்ளானவர். இதன் எதிரொலியை அவரது படைப்புகள் சிலவற்றில் வெளிப்படுத்தியுள்ளார். சென்ற நூற்றாண்டின் தவிர்க்கமுடியாத சிறந்த படைப்பாளிகளில் ஒருவர். நவீன இலக்கியப் போக்கில், தனக்கான இடத்தைப் பதியச் செய்தவர். தனிமனிதக்கவலைகளை ஆழமாகப் படைப்புகளில் எடுத்துக்காட்டியவர். பலரும் பார்த்தே அறியாத சமூகத்தின் பல்வேறு போக்குகளைத தம் படைப்புகளில் படைத்தளித்தவர். மனிதனின் இயலாமை உணர்ச்சியைக் கருவாகக் கொண்டு சிறுகதைகள் பலவும் எழுதியவர். இவர் படைத்தளிக்கும் கதைகளில் காமம் சார்ந்த இவரது எழுத்துகள் பல, ஒரு வித விரும்பத்தகாத அல்லது குற்ற உணர்ச்சி சார்ந்ததாக இருக்கும். ஈர்ப்புடன் கூடிய வெறுப்பாகவும் இருக்கும். இவர் இனச்சேர்க்கையில் வெறுப்புக்கொண்டிருந்தவர். இதனை இவரது படைப்புகளில் காணமுடியும். தனிமை வயப்பட்ட இவர், திருமணம் செய்துகொள்ள ஆசையிருந்தும், மண முடிக்காமலே இருந்தவர். இவரது கதைகள் யாவும் வித்தியாசமானவை என்பதோடு, அவை பல எழுத்தாளர்களிடமிருந்து வேறுபட்டவை.

மெட்டமார்பஸிஸ் இவரது கதைகளில் முக்கியதான ஒன்று. இவருடைய பல கதைகள் தமிழில் மொழிபெயர்ப்பாக வெளிவந்துள்ளன. மெடிடேஷன், ஜட்ஜ்மெண்ட், பீனல் காலனி, தி கன்ரி டாக்டர், எ ஹங்கர் ஆர்ட்டிஸ்ட், ஆகியவை குறிப்பிடத்தகுந்த கதைகளாகும். இவர் இறந்த பின் வெளிவந்த தி ட்ரெயல், தி கேஸில் ஆகியவையும் குறிப்பிடத்தக்கன. மற்றவரிகளிடமிருந்து வேறுபட்ட கதைக்களனைத் தெரிவு செய்து அதனைத் தெளிவாகத் தம் நடையால் நகர்த்திச் செல்வதனை ஒவ்வொரு கதையினுள்ளும் காணலாம்.

வேட்டைக்காரன்

துறைமுகச் சுவரின் மீது அமர்ந்துகொண்டு இரண்டு சிறுவர்கள் தாயம் ஆடிக்கொண்டிருந்தனர். வாளை உயரப் பிடித்துக்கொண்டிருக்கும் மாவீரன் சிலைக்குக் கீழே நிழலை மறைத்தபடி இருந்த படிக்கட்டில் அமர்ந்துகொண்டு ஒருவன் செய்தித்தாள் படித்துக்கொண்டிருந்தான். குழாயடியில் பெண் ஒருத்தி தண்ணீர் பிடித்துக்கொண்டிருந்தாள். ஏரியை நோக்கிய வண்ணம் ஒரு பழவியாபாரி தன் உடைமைகள் அருகே படுத்திருந்தான். உணவு விடுதியின் வாசலில் இரண்டு பேர் மது அருந்துவதைச் சன்னல் வழியே பார்க்கலாம். அந்தக் கடையின் முன்னால் அதன் உரிமையாளர் மேசையில் தூங்கி வழிந்து கொண்டிருந்தார். துறைமுகத்தில் ஏதோ மிதந்து வருவதைக் கண்டு நாய் ஒன்று சன்னமாய்க் குரல் கொடுத்தது. நீல நிற ஆடையில் இருந்த ஒரு படகோட்டி வளையத்தின் மூலமாகக் கயிற்றை இழுப்பதற்குத் தாவினான். வெள்ளிநிறப் பித்தான் பொருத்திய கறுப்புக்கோட்டு அணிந்த இருவர் சவப்பெட்டியை ஏந்தி வந்தனர். மூடப்பட்ட அந்தச் சவப்பெட்டியின் மீது பூக்கள் வரையப்பட்ட சல்லாத் துணியின் அடியில் ஒரு மனிதன் அதில் படுத்துக்கிடந்தான்.

சரக்கேற்றும் துறைமுகத்தில் அந்தப் புதியவர்களை யாரும் தொந்தரவு செய்ய வில்லை. படகோட்டியின் வருகைக்காகக் காத்திருந்தபோதும் அவர்கள் சவப் பெட்டியைக் கீழே வைத்ததை யாரும் கண்டுகொள்ளவில்லை. படகோட்டி கயிற்றோடு போராடினான். யாரும் அருகில் செல்லவில்லை. ஒருவரும் அவர்களை என்னவென்று கேட்கவும் இல்லை. அதில் யாரும் அக்கறை செலுத்தியதாகவும் தெரியவில்லை. படகின் மேல்தளத்தில் மார்பில் குழந்தை யோடும், தளர்ந்த கூந்தலோடும் இருந்த ஒருத்தியால், படகோட்டி படகைச் செலுத்தாது நிறுத்தி வைத்திருந்தான். பிறகு படகு முன்னே நகர்ந்து செல்லவும், நீருக்கு அருகே இடதுபுறத்தில் திடீரென்று முளைத்த மஞ்சள் நிறத்தில் அமைந்த இரண்டு மாடிக்கட்டடத்தைச் சுட்டிக்காட்டினான்.

சிறு பையன் ஒருவன் உடனே சன்னலைத் திறந்தான். அந்தக் குழு ஒரு வீட்டுக்குச் சென்று மறைவதைப் பார்த்ததும் உடனே சன்னலை மூடினான். வலிமை வாய்ந்த கருமை நிற ஓக் மரத்தால் ஆன அந்தக் கதவு மூடிக் கொண்டது. மணிக் கூண்டைச் சுற்றிப் பறந்து கொண்டிருந்த புறாக் கூட்டம் அந்த வீட்டுத் தெருவின் முன்னால் இறங்கித் தரைக்கு வந்தது. அங்குத் தங்களுக்கான இரை முன்னால் உள்ள முற்றத்தில் சேமிக்கப்பட்டிருந்தது கண்டு அவை அங்கே ஒன்றாய்க் கூடின. அந்தக் கூட்டத்தில் இருந்த ஒரு புறா முதல் மாடிக்குப் பறந்து, அங்கிருந்து சன்னலைப் போய்க் கொத்தியது. அந்தப் புறாக்கள் பளிச்சென்ற நிறத்தோடும், கூரிய பார்வையோடும், பார்ப்பதற்கு அழகாகவும் இருந்தன. அந்தப் படகில் இருந்த அந்தப் பெண் தானியங்களை மிக வேகமாக வீசி எறியவும் அவை அவற்றைத் தின்று விட்டு அவளையே வளைய வந்தன.

தொப்பித் தலையுடன் மெல்லிய கறுப்புத் துணியை நெற்றியில் சுற்றிய ஒருவன் குறுகலானதும், சரிவான சந்துகளும் உள்ள துறைமுகத்தை நோக்கி இறங்கி வந்தான். சுற்றும் முற்றும் பார்த்தான். ஒவ்வொன்றும் அவனுக்குத் துயரம் தருவதாக ஆனது. உணவுக்காக விலங்குகளை வெட்டி வீழ்த்திய மீதி பாகங்களை அங்கே கண்டவுடன் உதட்டைச் சுழித்துக்கொண்டான். சிலையின் படிக்கட்டு அருகே பழத்தோல்கள் கிடந்தன. அவற்றைக் குச்சியால் அகற்றினான். தலையில் இருந்த தொப்பியைக் கழற்றினான். கழற்றியதும் வீட்டுக் கதவை மெல்லத் தட்டினான். உடனே கதவு திறந்தது. நீண்ட ஹாலில் இருந்து ஐம்பது சிறு பையன்கள் இரண்டு வரிசைகளாகத் தோன்றி நின்று அவனுக்கு வணக்கம் செலுத்தினர்.

படகோட்டி மேல்தளத்திலிருந்து இறங்கி வந்து, கறுப்பு நிறத்திலிருந்த அந்த மனிதனை வாழ்த்தினான். முதல் மாடியைக் கடந்து, முற்றத்தைச் சுற்றி வெளிச்ச மானதும், வளைவுடன் இருந்த மேடைப்பகுதிக்கு அவர்கள் இருவரும் வந்தனர். ஒரு குறிப்பிட்ட தூரத்திலிருந்து அங்கிருந்த பையன்கள் அவர்களை அழைத்துச் சென்றனர். குளிரான அகன்ற அறையிலிருந்து அங்கிருக்கும் சன்னல் வழியே பார்த்தால் குடியிருப்புகள் புலப்படாது. வெட்ட வெளியாக இருக்கும். கறுப்பும், சாம்பல் நிறமுமுடைய பாறைச் சுவர்கள் தெரியும். சவப்பெட்டி கொண்டு வந்தவர்கள் அதன் தலைப்பக்கம் நீண்ட மெழுகுவர்த்தி வைத்தனர். வெளிச்சம் சரியாகக் கிடைக்காமல் இருந்ததோடு, நிழல்வேறு இடைஞ்சலாக

இருந்ததால், பெட்டி நகர்த்தமுடியாமல் இருந்தது. அங்கிருந்த சுவரில் வெளிச்சம் கொஞ்சம் மின்னிக் கொண்டிருந்தது. சவப்பெட்டியை மூடியிருந்த துணியை அகற்றினர். சவப்பெட்டியில் இருந்த மனிதன் அடர்ந்த சடைமுடியுடன் இருந்தான். பார்ப்பதற்கு ஒரு வேட்டைக்காரன் போலத் தோற்றமளித்தான். அவன் மூச்சுவிடாமல், கண்கள் மூடிய படியே அசைவற்றுப் படுத்திருந்தான். அவன் அணிந்திருந்த ஆடை இறந்தோரின் சடங்கிற்காகப் பயன் படுத்தப் பெறும் ஆடையை ஒத்திருந்தது. அநேகமாக அவன் இறந்தவனாகத்தான் இருக்கவேண்டும் என்று கருத முடிந்தது.

அந்தக் கறுப்பு மனிதன் சவப்பெட்டி அருகே வந்து அதில் படுத்திருக்கும் மனிதனின் கண்ணிமையில் கைவைத்தான். பிறகு மண்டியிட்டுப் பிரார்த்தனை செய்தான். படகோட்டி சவப்பெட்டியைத் தூக்கி வந்தவர்களை அந்த அறையை விட்டு அகன்றுவிடுமாறு சைகை காட்டினான். வெளியிலிருந்த பையன்களை அழைத்துக்கொண்டு அவர்கள் அந்த அறையை விட்டு வெளியேறிக் கதவைச் சாத்தினர். கறுப்பு மனிதனுக்கு திருப்தி ஏற்பட்டதாகத் தெரியவில்லை. படகோட்டியைப் பார்த்தான். அவனும் அதனைப் புரிந்துகொண்டவனாய்ப் பக்க வாட்டில் இருந்த கதவு வழியாக அடுத்த அறைக்குச்சென்று மறைந்துவிட்டான். உடனே சவப்பெட்டியில் இருந்த மனிதன் விழித்துக்கொண்டான். அந்தக் கறுப்பு மனிதனை நோக்கித் தன் பார்வையைத் திருப்பினான். அவனைப் பார்த்து, 'நீ யார்?' என்றான். ஒருவிசனக்குறியும் இல்லாமல் மண்டியிட்ட நிலையில் அமர்ந்திருந்த அவன் பதில் சொன்னான். "நான் ரீவா பகுதியின் தலைமை நீதிபதி'.

சவப்பெட்டியில் இருந்தவன் தலையாட்டினான். அவன் அவ்வாறு சொன்னதன் பேரில் மெல்லிய தன் கைகளைக் காட்டிவிட்டு ஒரு நாற்காலியில் அமர்ந்தான். சுயநினைவுக்கு வந்த முதன்முதலாய்த் தனக்குத் தலைமை நீதிபதியைத் தெரியும் என்றான். 'என்னைக் கண்ணுக்கு முன் தெரிவனவற்றை எப்போதும் நான் மறந்து விடுகிறேன். எனக்குத் தெரிந்தவற்றைப் பற்றி என்னை ஏதேனும் கேட்டாலும் கூட அப்படியேதான். நீ கூட என்னைப் பற்றி அறிந்துகொள், வேட்டைக்காரன் கிரேச்சஸ் நான்தான்!'

"உன்னைப் பத்தி நல்லா தெரிஞ்சுகிறேன்" தலைமை நீதிபதி சொன்னான். "நீ வருவதாக எனக்கு இரவு தான் தெரியவந்துச்சு. நாங்க நல்ல தூக்கத்திலே இருந்தோம். நடு ராத்திரியிலே என்

மனைவி திடீர்னு, 'சல்வேடார்' (அது தான் என்பெயர்) அந்தச் சன்னலில் உள்ள புறாவைப் பாருங்க. அது உண்மையிலே ஒரு புறாதான். ஆனா, அது கோழி போலப் பெரிசா இருந்துச்சு. அது எங்கிட்ட பறந்துவந்து என் காதுலே சொல்லுச்சு. நாளைக்கு இறந்து போன வேட்டைக்காரன் கிரேச்சஸ் வருகிறான். நகரின் பேரில் அவனை வரவேற்க" என்று சொன்னாள்.

வேட்டைக்காரன் தலை அசைத்தான். நாக்கால் உதட்டைச் சப்பிவிட்டுச் சொன்னான். "ஆமாம்! புறா எனக்கு முன்னால் பறந்துச்சு. நீதிபதியே, நீங்க அதெ நம்புறீங்களா–நான் ரிவாவிலே இருப்பேன்னு!"

"நான் அப்படிச் சொல்லமுடியாது." அப்ப நீ இறந்துபோனவனா?"

"ஆமாம்" வேட்டைக்காரன் சொன்னான். "நீங்கதான் இப்போ என்னெ பார்க்கீ றிங்களே! ரொம்ப வருஷத்துக்கு முன்னாலே நான் ஜெர்மனியிலே உள்ள அடர்ந்த காட்டுலே காட்டு மானை வேட்டையாடிய போது, செங்குத்தான உச்சியிலிருந்து விழுந்துட்டேன். அன்றிலிருந்து நான் செத்தவனாகத்தான் இருக்கேன். "

"ஆனா,இப்ப நீ உயிரோட இருக்கியே!"

'ஆமா, ஒரு வகையிலே அப்படித்தான். உயிரோடத்தான் இருக்கேன். நான் இறந்து விட்டதாகக் கருதக் காரணமாக இருந்த படகு அதன் வழியைத் தொலைத்தது. சக்கரத்தின் சுழற்சி தவறாகியது. கவனக் குறைவால் பைலட்டின் தவறான ஓட்டுதல். நான் காதலித்த என் சொந்த நாட்டின் திசைமாற்றம். அது எப்படி இருந்துச்சுன்னு விவரிக்கமுடியாது. எனக்குத் தெரிஞ்சதெல்லாம் சுய நினைவு வரும் போது நான். தரையில் நானிருந்தேன். அவ்வளவுதான். என்னோட கப்பல் அது முதற்கொண்டே ,என்னோட மலை சூழ்ந்த பகுதியில் இருப்பதை விட, இறந்த பின்னால இப்போ நில உலகத்துலே பயணம் செய்யறேன்."

நெற்றிப் புருவத்தை உயர்த்தியபடி நீதிபதி கேட்டார். "இன்னொரு உலகத்துலே ஒனக்கு இடமே இல்லியா?"

"நான் என்றுமிருப்பவன்" பதில் சொன்னான் வேட்டைக்காரன். சொல்லிவிட்டுத் தொடர்ந்தான்,' ரொம்ப ஒசரத்திலே ஏறினேன். ரொம்ப நெட்டுக்கான ஒசரம். இடமும் அகன்று இருந்துச்சு. கஷ்டப்பட்டு ஏறவேண்டியதாச்சு. சிலசமயம் உச்சியில் ஏறணும். சிலசமயம் அதள பாதாளத்திலே இறங்கணும். வலப்புறமா.

சில சமயத்திலை இடப்புறமா. எப்போதும் நகர்ந்துகொண்டே இருந்தேன். பட்டாம் பூச்சியா மாறியிருக்கேன். சிரிக்காதீங்க.”

நீதிபதி மிகவும் தற்காப்பாக,” நான் சிரிக்கல்லே” என்றார்.

“அதான் நல்லது, என்று சொல்லிவிட்டுத் தொடர்ந்தான் வேட்டைக்காரன்.“நான் எப்போதுமே இடம் பெயர்ந்துகொண்டுதான் இருப்பேன். மிக உயரமா பறந்தபோது, எனக்கு முன்னால் பளிச்சென்று அந்த வாசலைப் பார்க்க,நான் விழித்துக்கொண்டு என்னுடைய பழைய கப்பலில் தோன்றினேன். அது கரை தட்டிய படகாக கடலிலோ அல்லது வேறெங்கோ விடப்பட்டது. ஒரு முறை ஏற்பட்ட தவறான சாவால் அது என்னை வாயாரச் சிரிக்க வைக்கிறது. சவப்பெட்டியில் படுத்திருந்த என்னை, ஒரு முறை ஏற்பட்ட இதுபோன்ற மிகவும் தவறான சாவு என்னை நோக்கிப் பல்லைக் காட்டிச் சிரித்தது. நான் என் சவப்பெட்டியில் படுத்திருக்கிறேன். பைலட்டின் மனைவி ஜூலியா, கதவைத் தட்டுகிறாள். அவள் காலையில் அங்குக் குடிக்கப்படும் குடிநீரைத் தருகிறாள். அந்த இடத்தைவிட்டு நாங்கள் கடக்கவேண்டிருக்கிறது. மரத்துடுப்பின் மீது படுக்கையில் படுத்திருக்கிறேன். அந்த நிலையில் என்னைப் பார்க்க மகிழ்ச்சியாக இருக்காது. கருப்பும், சாம்பல் நிறமும் கொண்ட எனது முடியும் தாடியும் ஒன்றாக வளர்ந்துள்ளன. பெண்கள் அணியும் பூவேலையுடன் கூடிய ஆடையால் என் அங்கம் போர்த்தப் பட்டிருக்கிறது. என் தலைமாட்டில் மெழுகுவர்த்தி எரிந்துகொண்டிருக்கிறது. எனக்கு எதிரே இருந்த சுவரில் சிறிய படம் ஒன்று மாட்டப்பட்டிருக்கிறது. தோட்டக்காரன் ஒருவன், ஈட்டியை என் மீது குறிபார்த்து எறியக்காத்திருக்கிறான். பின்னால் அழகிய படம் இருந்தது. கப்பல் தளத்தில் சின்னத்தனமான படங்கள் பல நினைவுக்கு வருகின்றன. ஆனால், அந்தப்படம் இருப்பதிலேயே மிகவும் சின்னத்தனமாக இருந்தது. எனது மரக்கூண்டு வெறுமையாக இருக்கிறது. அதன் ஒரு பக்கத்துளை வழியே தெற்கிலிருந்து இரவில் வீசும் காற்று வந்துகொண்டிருந்தது. நீரின் ஓட்டம் பழைய படகில் எதிரொலிக்கும் ஒலி கேட்டது.

கருங்காட்டில் இருந்தது முதலே வேட்டைக்காரன் கிரேச்சஸ்ஸாக இருந்த நான் இங்கே படுத்துக்கொண்டிருக்கிறேன். காட்டு மானைப் பின்தொடர்ந்து சென்று செங்குத்தான பாறையிலிருந்து விழுந்தேன். எல்லாம் வரிசைக் கிரமமாக நடந்தேறியது. அதன் பிறகு. ஒரு பாறை இடுக்கில் இறந்து கிடந்ததாய். பார்த்தால் இந்தக் கப்பல்தான் இன்னொரு உலகத்தை எனக்குக் காட்டியது.

அது நன்றாக எனக்கு நினைவு இருக்கிறது. மரத்துடுப்பின் உதவியால் முதல் தடவையாக ஊர்ந்து வந்தது மகிழ்ச்சி அளித்தது. மலையானது ஒரு போதும் அத்தகைய பாடலை என்னிடமிருந்து கேட்டதில்லை தடுப்புச் சுவராக அது இருந்ததுதான் காரணம்.

நான் வாழ்வதற்கு ஆசைப்படுகிறேன். சாவதிலோ எனக்கு மகிழ்ச்சி இருந்திருந்தது. கப்பலில் ஏறுமுன், மிக்க மகிழ்ச்சியோடு உதவாத போர்க்கருவிகளை. தோளில் மாட்டியிருந்த பையை. எப்போதும் எடுத்துச் செல்வதில் பிரியமான வேட்டைத் துப்பாக்கியை மற்றும் ஒரு பெண் தன் திருமண ஆடையில் இருப்பது போன்றிருந்த 'விண்டிங்க் ஸீட்டினை' வீசி எறிந்தேன். நான் படுத்தபடி காத்திருந்தேன். இதற்குப் பிறகுதான் அந்த மோசமான விளைவு நிகழ்ந்தது.

"அது கொடூரமான விதி அல்லவா? என்று தன் கைகளைப் பாதுகாப்பாக உயர்த்திக்கொண்டு சொன்னார் தலைமை நீதிபதி. அதுக்காக வசவைத் தாங்கிக் கொள்ளவேண்டுமா?"

"ஒண்ணுமில்லே". வேட்டைக்காரன் சொன்னான். அவனே தொடர்ந்தான்." நான் ஒரு வேட்டைக்காரனா இருக்கிறது பாவமா? 'கருங்காட்டில்'இருந்தப்ப என்னை நான் வேட்டைக்காரன் என்று அழைத்துக்கொண்டேன். அந்த நாள்களில் அங்கு ஓநாய்களின் நடமாட்டம் இருக்கும். நான் குண்டடிப்பட்டுக் கிடந்தேன். மோசம் செய்தவர்களின் தோள்களை உரித்தெடுத்தேன். அது பாவமா? நான் எடுத்த முயற்சி ஆசிர்வதிக்கப்பட்ட ஒன்று. கருங்காட்டின் மிகச் சிறந்த வேட்டைக்காரன் என்று எனக்குப்பட்டப் பெயர் சூட்டப்பட்டது. அதில் ஏதாவது பாவச்செயல் இருக்குதா?

"நான் அப்படி ஒன்றும் நினைக்கல்லே. அப்படித் தீர்மானிக்கவும் முடியாது. என்று சொன்ன தலைமை நீதிபதி தொடர்ந்தார். 'அதில் ஒன்றும் பாவச் செயல் கிடையாது. பின் குற்றம் யாருடையது ?" என்று கேட்டார்.

"படகு மனிதனுடையது "பதில் சொன்னான் வேட்டைக்காரன். இங்கே நான் சொன்னதை யாரும் படிக்கல்லே. எனக்கு உதவ யாரும் முன்வரல்லே. மக்கள் சொல்லியும் எவரொருவரும் உதவி செய்ய வரல்லே. வீட்டுக் கதவுகளும், சன்னல்களும் சாத்தி மூடப்பட்டன. ஒவ்வொருவரும் தலை முதல் கால்வரை இழுத்துப் போர்த்திக்கொண்டு படுக்கச் சென்றுவிட்டனர். ஊர் முழுக்க அந்த இரவு ஒரு உணவு விடுதி போலாயிடுச்சு. யாருக்கும் என்னைத் தெரியல்லே. அப்படியே எங்கே நான்

கண்டுபிடிக்கப்பட்டேன் என்று ஒருவருக்குத் தெரிந்திருந்தாலும் கூட என்னிடம் எப்படி நடந்துகொள்வார் என்று தெரியாது. எப்படி எனக்கு உதவுவது என்றும் அவருக்குத் தெரிந்திராது. எனக்கு உதவி செய்யும் எண்ணத்தை ஒரு நோயாகவே கருதினார்கள். நோயாளியைப் படுக்கைக்கு எடுத்துச் சென்றல்லவா குணமடையச் செய்யவேண்டும் என்ற எண்ணத்தில் இருப்பர்.

எனக்கு உதவி செய்யச் சொல்லி நான் யாரையும் கேட்டுக்கொண்டதில்லை. அந்த நேரத்திலும் கூட யார் தயவுமில்லாமல் நான் என்னைக் கட்டுப்படுத்திக் கொள்வேன். எனக்குள் நான் கட்டுப்பாட்டை இழந்தால், இப்போது நிகழ்ந்ததைப் போல இருப்பேன். அதைப்பற்றித் தீவிரமாக யோசிக்கிறேன். அதற்கு விடை கொடுத்துவிட்டு, நான் இப்போது எங்கே இருக்கிறேன் என்று என்னைச் சுற்றி யுள்ளவற்றிலிருந்து அறிந்துகொள்வேன். நான் பல நூற்றாண்டுகளைக் கடந்தவன் என்று என்னால் உறுதியாகச் சொல்லமுடியும்."

"இவ்வாறு இருப்பது மிக அசாதாரணமானது. "தலைமை நீதிபதி சொன்னார். இது மிக மிக அசாதாரணமானது. இப்போ நீங்க எங்களோடு ரிவாவிற்கு வந்து தங்குதற்கு ஏதேனும் எண்ணம் உண்டா?" என்று அவர் வினவினார்.

"அப்படி ஒரு எண்ணத்தில் நான் இல்லே. சிரிப்புக்கிடையே வேட்டைக்காரன் சொல்லிவிட்டு மன்னிப்புக் கேட்டுக்கொண்ட அவன், தலைமை நீதிபதியின் பாதங்களைத் தொட்டு வணங்கினான். நான் இங்கேயே இருக்கிறேன். அதைக் காட்டிலும் எங்கே போக இயலாது என்பதும் எனக்குத் தெரியவில்லை. என்னுடைய கப்பலில் சுக்கான் இல்லை. காற்று நகர்த்தி இழுத்துச் செல்ல, கண்ணுக்கெட்டாத தூரத்தில் உள்ள சாவுப் பிராந்தியத்திற்கு இட்டுச் செல்கிறது.

●

பால் பௌலஸ் (1910-1999)

அமெரிக்காவில் இருந்து வெளியேறிய இவர் இசையமைப்பாளராகவும், மொழிபெயர்ப்பாளராகவும், எழுத்தாளராகவும் விளங்கியவர். வெர்ஜினியா பல்கலைக்கழகத்தில் கல்வி கற்ற இவர், பல நாடுகளுக்கும் பயணித்தவர். நியூயார்க்கில் ஆரோன் காப்லேண்ட் என்பவரோடு சேர்ந்து இசை பயின்றார். அரங்கவியல் தயாரிப்பிலும், இசையமைத்தலிலும் ஈடுபாடு கொண்டிருந்தவர். இவரது முதல் நாவலான தி ஷெல்டரிங் ஸ்கை 1949 இல் வெளியானது. அது இவருக்குப் பல பெருமைகளைப் பெற்றுத்தந்தது. 1931 இல் அவர் பிரெஞ் வட ஆப்ரிக்காவில் தான் இருந்தபோது கண்ட பதிவுகளை அந்நாவலில் புகுத்தியுள்ளார். குளிர்காலம் தவிர அவர் இலங்கை சென்று தங்கியிருந்தவர். மொராக்காவில் உள்ள தாஞ்சியர் என்ற இடத்தில் தம் இறுதிகாலம் வரை வாழ்ந்து எண்பத்தெட்டு வயதில் இயற்கை எய்தியவர். லெட் இட் கம் டவுன், தி ஸ்பைடஸ் ஹவுஸ் முதலான நாவல்களையும், எ லிட்டில் ஸடோன், தி ஹவுஸ் ஆஃப்டர் நூன், அரண்மனையில் நூறு ஒட்டகங்கள், தி. டிஸ்டண்ட் எபிசோட், தி டைம் ஆஃப் ஃப்ரண்ட்ஷிப் முதலான சிறுகதைகளும், சீன்ஸ், தி திக்கட் ஆப் ஸ்பிரிங், முதலான கவிதை நூல்களையும் படைத்தவர்.

அந்தச் சிவப்பு அறையில்

நான் இலங்கையில் இருந்தேன். ஒரு குளிர்காலப் பருவத்தின்போது என் பெற்றோர்கள் என்னைப் பார்க்க வந்தனர். ஒரு வகையில் அவர்கள் வருகை என்னை மன உளைச்சலுக்கு ஆளாக்கியது. அதற்குப் பல காரணங்கள். நீடித்திருக்கும் வெம்மை, ஒத்து வராத உணவு, தண்ணீர், நோய்த் தொற்றிக் கொள்ளுமோ என்ற கவலையில் கால் மைல் தூரத்தில் இருந்த தொழுநோய் மருத்துவ மனை இப்படிப் பல காரணங்கள். ஆனால் அவர்கள் திரும்ப வருவது என்னைத் தவறாக எடை போட வைத்துவிட்டது. இங்கு எல்லா வகையிலும் தன்னிறைவு எய்திய என்னைக் காட்டிலும் அவர்கள் திரும்ப வருவதற்குரிய உகந்த சூழ்நிலையை அவர்களிடையே ஏற்படுத்தியிருந்தது. குளியலறையில் தண்ணீர் தொடர்ந்து வராதிருப்பதைப் பற்றியோ, வீட்டுச்சமையற்காரர் அப்புசாமி தயாரித்தளிக்கும் உணவு வகைபற்றியோ அவர்கள் எதுவும் சொன்னதில்லை. பெற்றோர் இருவருமே வயது எழுபதை நிறைவு செய்தவர்கள். அவர்கள் தமக்குக் கிட்டவில்லை என்று எதற்கும் ஆசைப்பட்டதில்லை. வீட்டிலிருந்து படிக்கவும், தூங்கவும், கடலில் குளிக்கவும், வாடகைக் காரில் சிற்றூர் போவதுமான வாழ்க்கை அவர்களுக்குப் போதுமானதாக இருந்ததுண்டு. கோயிலில் காணிக்கைக்காகத் தேங்காய் உடைத்தால் கூட அதைப் பார்த்து மகிழ்ச்சி அடைவார்கள். முதுகில் பளு ஏற்றிச் சென்றுகொண்டிருக்கும் யானைகள் சாலையின் குறுக்கே சென்றால், காரை நிறுத்திவிட்டு வேடிக்கை பார்ப்பார்கள். அக் காட்சியை ஒளிப்படமாக எடுப்பதற்குக் கூட ஆர்வம் இல்லாமல் இருந்தார்கள். வழிகாட்டி தனக்குரிய வருமான வரியிலிருந்து மிச்சப்படுத்துவதாகவே தோன்றியது. மனிதனுக்கும்

இயந்திரத்திற்கும் இடையே உள்ள சடங்காகத் தோன்றியது. அவர்கள் இலட்சியம் மிக்க விருந்தினராகவே எனக்குத் தோற்றம் அளித்தனர்.

அனைத்துத் தர மக்களும் வசிக்கும் கொழும்பு, நான் இருக்கும் இடத்திலிருந்து நூறு மைல்களுக்கும் சற்றுக் குறைவாகவே இருந்தது. வார இறுதியில் நாங்கள் அங்குச் செல்வது வழக்கம். முன்னமே நண்பர்களிடம் அங்குச் செல்ல ஆயத்தமாக இருக்கச் சொல்லிவைப்பேன். சின்னாமன் பூங்காவில் உள்ள அகன்ற வராண்டாவில் தேநீர் அருந்தினோம். பல்கலைக் கழகப் பேராசிரியர்களோடும், பிராடஸ்டெண்ட் அமைச்சர்களோடும், மற்றும் சில அரசு அதிகாரிகளோடும் ஒன்றாக அமர்ந்து இரவு விருந்துகளில் கலந்து கொள்வோம். என் பெற்றோர்களின் பெயர்களை டோட் என்றும், ஹன்னா என்றும் சொல்லி அழைத்தது பெரும்பாலான சிங்களர்களுக்கு விசித்திரமாக இருந்தது. அவர்களில் சிலர் நான் என் பெற்றோருக்கு மகனா அல்லது சுவீகாரப் புத்திரனா என்று கூடச் சந்தேகம் எழுந்ததுண்டு. கொழும்புவில் அந்த வார இறுதியில் சற்றே வெம்மை கூடுதலாக இருந்தது. வீடு திரும்பியதும் அவர்கள் மகிழ்ச்சியாக இருந்தனர். வீட்டுக்கு வந்ததும் அவர்கள் இருப்பிடச் சூழ்நிலைக்குத் தகுந்தவாறு ஆடைகளை மாற்றிக்கொண்டனர்.

அவர்கள் அமெரிக்கா திரும்புவதற்கு முன்னர், ஒரு ஞாயிறன்று ஜிண்டோட்டாவில் உள்ள குதிரைப்பந்தயத்திற்குச் செல்வதாக இருந்தனர். அங்கு உயிரியல் பூங்காக்கள் சில இருந்தன. ஹன்னா அவற்றைப்பார்க்க ஆசைப்பட்டார். காலியில் நியூ ஓரியண்டல் விடுதி உள்ளது. அங்கு அறை போட்டிருந்தோம். அதைவிட்டு வெளியே வருமுன் பகல் உணவை முடித்திருந்தோம்.

நிகழ்ச்சிகள் வழக்கம் போலவே தாமதமாகத்தான் தொடங்கின. அது பார்வையாளர்கள் கண்டு களிப்பதற்கான மையம். பட்டுப்புடவை அணிந்த பெண்கள் பூங்கொத்து ஏந்தியவாறு மகிழ்ச்சியில் வருக என்று குரல் கொடுத்து வரவேற்றனர். பெற்றோர்க்கு அந்தப் பந்தயம் மகிழ்ச்சியைத்தராமல் போயிருக்கலாம். அல்லது ஏமாற்றம் தந்திருக்கலாம். மைதானத்தை விட்டு வெளியே வந்ததும் டோட் கூறினார் ஒரு வித மனநிறைவோடு. 'விடுதிக்குத் திரும்பச் சென்று ஓய்வெடுத்திருந்தால் நன்றாக இருந்திருக்கும்'

ஆனால், நாங்கள் உயிரியல் பூங்காவிற்குச் சென்று கொண்டிருப்பதை ஹன்னா நினைவூட்டினாள். 'அவற்றை வேகமாகப் பார்த்துவிட்டுவரவே விருப்பம்' என்று தெரிவித்துக்கொண்டாள்.

தமிழில்: இராம.குருநாதன்

டோடுக்கு விருப்பமில்லை. 'அந்த இடங்கள் பல பகுதிகளைக் கொண்டது என்பது உனக்குத் தெரியும்'. அவள் சொன்னாள்: உள்ளே போய்ப் பார்த்துவிட்டு வந்துவிடுவோம் என்று உறுதிப்படச் சொன்னாள். நுழைவாயிலுக்குச் செல்ல வாடகைக்காரை வைத்துக்கொண்டோம். டோட் மிகவும் சோர்வாகக் காணப்பட்டாள். அவர் நடந்துவருவதிலும் சிரமம் தெரிந்தது. 'கடந்த ஆண்டும் கூட நான் நினைப்பது போலக் கால்கள் ஒத்துழைக்கவில்லை' ஹன்னா எங்களிடம் சொன்னாள்: "நீங்க ரெண்டு பேரும் கூட மெல்லத்தான் நடந்து வர்றீங்க. பார்ப்பதற்கு இங்கே என்ன இருக்குன்னு ஓடிப்போய்ப் பார்த்துவாரேன்."

கிராம்பு மரத்தைப் பார்த்ததும் அங்கேயே நின்னுட்டோம். காற்றில் கலந்துவரும் அதன் வாசம் ரொம்ப நல்லா இருந்துச்சு. நடையைத் தொடர்ந்தோம். ஹன்னா எங்கள் பார்வையில் தென்படவில்லை. காய்கறித் தோட்டத்திற்குப்போனோம். நடைபாதை வழியே ஒரு வளைவு இருந்தது. பார்த்தோம். அவளைப் பற்றிய அறிகுறி ஒன்றும் தெரியவில்லை.

"அவ என்ன செஞ்சிகிட்டு இருப்பாள்னு உன் அம்மா நினைக்கறா?"

அவள் இங்கில்லைன்னு எங்களுக்குத் தெரியும். எங்காவது இருப்பா"

பூங்கொடி படர்ந்த ஒரு குறுகிய சந்தின் முடிவில் அவள் இருப்பதைப் பார்த்தோம். 'கொஞ்சம் மறைவா அவள் அருகே சிங்களன் ஒருவன் நின்னுகிட்டு இருந்தான்'

"என்ன நடக்குது?"ன்னு தெரியல்லே. டோட் வேகமாக நடந்தார். ஓடு அவன் என்னிடம் சொன்னான். நானும் வேகமா நடந்தேன். ஹன்னாவின் புன்சிரிப்பைக் கண்டேன். மெல்ல நகர்ந்தேன். அவளும் அந்த இளைஞனும் 'பிரௌன் ஸ்பைடர் ஆர்சிட்' ன் பெரிய வங்கியின் முன்னால் நின்றிருந்தனர்.

"ஓ! இழந்துட்டேன்னு நினைச்சியா" நான் சொன்னேன். இந்த 'ஆர்சிட்' ஐப் பார்த்தியா? அதனை நம்பமுடியுதா?" அந்த இளைஞனிடம் தலையாட்டிக் கொண்டே டோட் வந்தார். மலர்கள் அடுக்கப்பட்டிருப்பதை நோட்டம் விட்டார். அவை முடைநாற்றம் கொண்ட முட்டைக் கோசின் வாசம் போல இருந்துச்சு. '

இளைஞன் கடுஞ்சிரிப்புச் சிரித்தான். டோட் அவனை வியப்புடன் பார்த்தார்.

அந்தத் தோட்டத்தின் வரலாற்றைப் பற்றி அந்த இளைஞன் என்னிடம் சொல்லிக்கொண்டிருக்க ஹன்னா அவசரப்பட்டான். அந்தத் தோட்டம் பற்றிய கதையே வேறு; அது சுவாரஸ்யமானது.

மெல்லிய ஆடையும் பகட்டான சிவப்பு ஆடையும் அணிந்திருந்த சிங்கள இளைஞனின் முகத்தில் வெற்றிப் புன்னகை. சூரிய ஒளியில் அவனது முடி மெட்டாலிக் நீல நிறமாய் ஒளிவீசியது.

யார் என்று தெரியாத ஒருவனோடு உரையாட விரும்பில்லை என்றாலும் என்னை நான் கட்டுப்படுத்திக்கொண்டேன். அது என் இயல்பு. இம்முறை அவ்வாறு இல்லாமல் போனது. ஹன்னாவால்தான் இது நேர்ந்தது. அந்த இளைஞனாகிய புதியவன் மெல்ல அருகில் வந்தான். முதன்மைச் சாலைக்கு வந்துவிட்டோம். டோடும் நானும் பார்வையைப் பரிமாறிக்கொண்டோம். தோளை அசைத்தபடியே ஒருவர் பின்னால் ஒருவர் சென்றுகொண்டிருந்தோம்.

ஒரு விளையாட்டு மைதானம் தோட்டத்தின் மேற்குப்பகுதியில் மழை தரும் மரங்களின் கீழே உருவாகிக்கொண்டிருந்தது. வராண்டாவில் மலேசியத் தேசிய ஆடையில் சிலர் நீண்ட நாற்காலியில் படுத்திருந்தனர். அந்த இளைஞன் அங்கு வந்து நின்றான். "உங்களைக் குளிர்ந்த பீர் அருந்த அழைத்துச் செல்கிறேன்'.

ஹன்னா சொன்னாள். அதுதான் சரி. உட்கார்ந்து கொண்டு ஓய்வா பேசச் சரியா இருக்கும். '

டோட் கடிகாரத்தை ஓரக்கண்ணால் பார்த்தார். பீரை நான் பரிமாற்றிக்கொண்டு உட்கார்ந்தபடி உன்னைக் கவனித்தேன். பசுமையான சூழலில் நாங்கள் அமர்ந்து வேடிக்கை பார்த்துக்கொண்டிருந்தோம். இளைஞனின் பேச்சு ஒன்றிலிருந்து மற்றொன்றுக்குத் தாவியது. ஒரே நிலையில் இல்லை. தொடர்ச்சியான எண்ணங்களை வெளிப்படுத்த சிரமப்பட்டான். எனக்கு அவன் பேச்சு சரிப்பட்டு வரவில்லை. என்னைப் போல ஹன்னாவும் அவன் சொல்லிய கருத்துகளைப் புரிந்துகொள்ளமுடியாமல் குழப்பத்தில் இருப்பதாகப் பட்டது. அதற்குக் குரலும் ஒரு காரணம்.

டோட் இதையெல்லாம் கவனிக்கவில்லை. இலங்கையின் வெப்பம் அவரை வருத்துவதாகவே உணர்ந்தார். பார்ப்பதற்கு மிகவும் களைப்பாகக் காணப்பட்டார். அந்த இளைஞன் பேசிய வீண்பேச்சுகள் என்னில் பதிந்தன. டோட்டிடம் அவ்வளவையும் சொன்னேன். அம்பலன் கோடாவில் நடக்கும் மூகமூடி நடனம்

பேய் நடனம்; மீனவர்களைக் கத்தோலியர்களாக மாறியதன் காரணமாக நடந்த வேண்டடத்தகாத நிகழ்ச்சிகள் ஆகியன இளைஞனால் சொல்லப்பட்டு என்னிடத்தில் பதிந்தன. நான் சொன்னவற்றையும் அவன் அசையாது கேட்டுக்கொண்டிருந்தான். அந்த இளைஞன் ஹன்னாவிடம் சொன்னதை உடனே காது கொடுத்துக் கேட்டேன். "நான் உனக்காக வீடு பார்த்துள்ளேன். உன் தேவைக்கு ஏற்ப அதிர்ஷ்டமான வீடு. அமைதியாயும் பாதுகாப்பாகவும் இருக்கும்.

அவள் சிரித்தாள். உன்னை எண்ணி இரக்கப்படுகிறேன். எங்களுக்காக வீடு பார்க்கத் தேவையில்லை. நாங்க கொஞ்ச நாள்தான் இங்கே இருக்கப் போறோம்."

மிகவும் சிரமப்பட்டு அவளைப் பார்த்தேன். அவள் எங்கே தங்கியுள்ளாள் என்பதைச் சொல்லிவிடுவாளோ என்ற எச்சரிக்கைக் குறிப்பை என் பார்வை புரியவைத்திருக்கும். எந்த விதத்திலும் இதை இளைஞன் கவனித்ததாகத் தெரியவில்லை. சரி, வீடுகளை நீங்க வாங்கவேண்டாம். ஆனா, பார்க்கவாவது செய்யலாமே. உங்கள் நண்பர்களுக்கும் சொல்லலாமே! அது ரொம்ப வருவாயை ஈட்டித்தருமே. அதில் சந்தேகமில்லை. என்னை நான் அறிமுகப்படுத்திக் கொள்ளலாமா? ஜஸ்டிஸ் கோன்சாக் என் நண்பர்கள் சோனி என்று கூப்பிடுவார்கள்.

"வாங்க! அஞ்சு நிமிஷ நடைதான். ஹன்னாவைத் தேடிப் பார்த்தான். உனக்கு நான் கவிதைப்புத்தகத்தம் தரப்போகிறேன். உன் பேர் போட்டுத் தந்துவிடுகிறேன். நான் எழுதியது. அது எனக்கு மகிழ்ச்சி தருவதாக இருக்கும். "ஓ! ஹன்னா சொன்னாள். அவ்வாறு சொல்லும்போது அவளது குரலில் ஒரு கலக்கம் தோன்றியது. அதனை ஒரு விதப் புன்னகையோடு ஏற்கத் தயாராகவிருந்தாள். அது எனக்கு மகிழ்ச்சி அளிக்கும்.

அமைதியான நேரம். டோட் இறைஞ்சிச் சொன்னான்: "காருக்குப் போகலாமா?

இப்படியே போகமுடியாது. நாம குறுக்குச் சாலையிலே இருக்கோம். அதன் வழியே கார் போகாது. கொஞ்ச நேரத்துலே வேறொரு ஏற்பாடு செய்யறேன். 'வெயிட்டரை'க் கூப்பிட்டான். அவனை அழைத்துச் சிங்களத்தில் ஏதோ பேசினான். வந்தவன் தலையசைத்துவிட்டு உள்ளே சென்றான். உங்கள் காரோட்டி வாசல் பக்கமாக கொண்டு வந்து நிறுத்தினான்.

"ஆமா. எங்க கார்ர அவனுக்கு எப்படி அடையாளம் தெரியும்?"

“ஒரு கஷ்டமுமில்லே. போன்டியாக்கை விட்டு நீங்க செல்லும்போது, நான் உங்களுக்கு முன்னாலே அங்கே இருப்பேன்’ மேட்டிலே இருக்கிற மக்கள் நம்பிக்கைக்கு உரியவங்க. ஆனா கீழே இருக்கிறவங்க அப்படியில்லே. அவுங்க ஒண்ணுத்துக்கும் லாயக்கு இல்லாதவங்க”

அவன் பேசும் ஒவ்வொரு நேரமும் எனக்குப் பிடித்ததில்லை. நான் கேட்டேன். ’ நீ இங்கிருந்து வரலையா?”

இல்லே. இல்லே. நான் கொழும்பைச் சேர்ந்த இளைஞன். இங்கிருக்கிங்க ஒவ்வொருத்தரும் போக்கிரிங்க. ஒவ்வொருத்தன் இடுப்பிலும் கத்தி இருக்கும். “

‘வெயிட்டர்’ காரைக் கொண்டுவந்ததும், அவன் வேகமாகக் கையெழுத்திட்டான். ‘நாம இப்போ வீட்டுக்குப் போறோம். இல்லையா?”

அவன் அவ்வாறு கேட்டதற்குப் பதில் இல்லை. நாங்க மூணுபேரும் எழுந்து அவனிடமிருந்து ஒரு வகையான வெறுப்போடு அந்த இடத்தை விட்டு அகன்றோம். நாங்கள் எடுத்த வாடகைக் கார் அங்கு வந்தது. விக்ரமசிங்கிடமிருந்து விடை பெற்றோம்.

மதியத்திற்குப் பிறகு வெயில் தணிந்திருந்தது. மரத்தின் கீழ் காற்று அசையாதிருந்த இடங்களில் திட்டுத் திட்டாக வெளிச்சக் கீற்று தெரிந்தது. நாங்கள் வந்த பாதை உண்மையிலேயே ஒரு மாட்டு வண்டி போகும் அளவிற்குத்தான் இருந்தது. ஆனால், அதைக் கடந்து செல்வதற்கு இடையூறாகச் செடி,கொடிகள் படர்ந்திருந்தன. பாதை மிகவும் குறுகியிருந்தது. அந்தச் சந்தின் முடிவில் ஒரு சிமிண்டால் கட்டபட்ட ஒரு வாயில் இருந்தது. அதன் வழியே கடந்து போனோம். பெரியதொரு சுவர்கள் இருந்தன. இரு பக்கங்களிலும் பாழடைந்த குதிரை லாயம். அங்கு இருந்த சிறிய வீடு முற்றிலுமாக நீண்டு வளர்ந்த புதர்களாலும், பூமரங்களாலும் மறைக்கப்பட்டிருந்தது. கதவு வழியே வந்த போது அங்கே அந்த இளைஞன் எங்களுக்கே முன்னமே வந்து எங்களைப் பார்த்து நின்றான். ஒரு விரலைக் காட்டி இங்கே பறவைகளைத் தவிர வேறு எதுவும் யாரும் சத்தம் செய்யக்கூடாது.

பகற்பொழுதில் பரந்த களைப்பு நீங்கிப் பறவைகள் விழிப்புக் கொள்ளும் நேரம். மரங்களிலிருந்து அவை விட்டுவிட்டுக் கீச்சொலி எழுப்பின. கைவிரலைக்காட்டி அவன், அப்பறவைகள் காலையில் பாடும். இப்போது இல்லை.

"ஓ! ரொம்ப அழகு, ஹன்னா அவனிடம் சொன்னாள். இருளடர்ந்த காலி அறைகள் வழியே அவன் எங்களை அழைத்துச் சென்றான். இந்த இடத்தில் வண்ணான் துணி துவைக்கிறான். இது அடுக்களை. பார்த்தீங்களா? இது ஸ்ரீஇலங்கை பாணி அடுக்களை. கரி அடுப்புத்தான். என் அப்பா, 'பாரபினோ' அல்லது 'கேஸோ' கூடாது என்பார். கொழும்பிலும் அவ்வாறுதான் சொன்னார்.

அவன் சிறிய கதவைத் திறந்ததும் சாளரத்தின் வழிவந்த எங்களைக் குளிர் நடுங்கிட வைத்தது. அங்கு நுழைந்ததும் அறையின் வெளிச்சம் கண்ணைப் பறித்தது. அது சின்ன அறைதான். சிவப்பு நிறச்சுவர்களும், மேற்பரப்பும் பளீர் என்று ஒளி வீசின. அந்த அறையில் மிகவும் பெரிய படுக்கை இருந்தது. வண்ணமிகு நிறத்தில் இருந்தது. ஒரு சுவரின் அருகில் வரிசையாக இருக்கைகள் இருந்தன. விருந்தினர் எங்களை அமரச்சொன்னார்கள்.

உட்கார்ந்திருந்தபடி படுக்கையை நோக்கினோம். சுவரில் மூன்று படங்கள் மாட்டப்பட்டிருந்தன. இடப்புறம் ஒரு பெண். நடுவில் விருந்து கொடுப்போர்.

வலது புறம் மற்றொரு இளைஞன்; பாஸ்போர்ட்டின் மங்கலான படங்கள் அவை. படம் அவ்வப்போது பெரிதாக ஆக்கப்பட்டிருப்பதாகத் தெரிகிறது.

ஹன்னா இருமினாள். அவள் சொல்வதற்கு எதுவும் இல்லாமலிருந்தாள். அந்த அறையின் ஊதுபத்தி மணம் குமட்டல் வரும்போல் இருந்தது. அருகருகே அமர்ந்துகொண்டு படுக்கைக்கும், சுவருக்கும் இடையில் ஒரு வித வெறுப்புணர்ச்சி அதிகமாகி மனத்தை முடமாக்கிப் போட்டது. திரை அரங்கில் திரையைப் பார்த்துக்கொண்டிருப்போரைப் போல, அந்த இளைஞன் இறுக்கமாக அமர்ந்திருந்தான்.

முடிவாக, நான் சிலவற்றைச் சொல்லவேண்டியிருக்கிறது. அந்த இளைஞனும் இதே அறையில் தூங்குவானோ என்று எங்களை வரவேற்ற விருந்தினர்களிடம் கேட்டேன். அது அவனுக்கு அதிர்ச்சி அளித்தது.

"இங்கேயா"? என்று உரக்கக் கத்தினான். அது இயலாது. இந்தப் பகுதி தங்குதற்குரிய பகுதியாய் இருந்ததில்லை. யாரும் இங்கே தூங்கியதில்லை.

இந்த இடத்தில் தடியனான ஆள் ஒருவன் இரவு நேரங்களில் காவல் இருப்பான். "இதோ ஒரு நிமிடம் பொறுங்கள்."

அவன் அறையைவிட்டு நான் அகன்றேன். சாளரத்திலிருந்து வெளியேறிய அவன் காலடி ஓசை கேட்ட பிறகே அமைதி கூடியது. அந்த வீட்டில் எங்கோ ஐதர் அலி காலத்திய கடிகார ஒலி கேட்டது. அது இனிமையாகத்தான் இருந்தது.

டோட் நாற்காலியில் வசதியற்று அமர்ந்திருந்தார். கால்களைக் குறுக்கே நீட்டமுடியாதவாறு அவரது படுக்கை இருந்தது. நாங்கள் அங்கு நுழைந்ததும் அவர் முணுமுணுத்தார். நான் நினைக்கிறேன். அவர் புத்தகத்தைப் படிக்கிறார் என்று ஹன்னா சொன்னாள். சிறிது நேரம் காத்திருந்தோம். பிறகு நான் சொன்னேன்:'பாருங்க, இன்னும் இரண்டு மணித்துளிகளில் அவர் வரவில்லை என்றால், நாம எழுந்து போவோம். வழியைக்கண்டுபிடிச்சாவது போவோம்.

ஹன்னா அதனை எதிர்த்தாள். அது மன்னிக்கமுடியாத குற்றமாய்விடும். மீண்டும் நாங்கள் அமைதியாக அமர்ந்தோம். டோட் கண்கள் கூசியதால் கண்களை மூடிக்கொண்டார். சோனி, கொன்ஷாக் திரும்பியவுடன் ஒரு டம்ளர் தண்ணீருடன் வந்த, அந்த இளைஞன்.

வாயிற்கதவருகே நின்று கொண்டு குடித்தான். அவனது உணர்ச்சி வெளிப்பாடு மாறி இருந்தது. முன்னமே இருப்பது போலவே காணப்பட்டான். பெரு மூச்சுவிட்டுக்கொண்டான்.

ஹன்னா யாரையோ எதிர்பார்த்துக் கொண்டிருந்தாள்.

பிற்பாடு வாங்க என்று இளைஞனைப் பார்த்துச் சொல்லிவிட்டு, பின்னால் இருந்த கதவை மூடினான். விளக்கை அணைத்தாள். அவன் மற்றொரு கதவைத் திறந்துகாட்டினான். ஒரு அருமையான அறை. பெரிய திவானால் அலங்கரிக்கப்பட்டிருந்தது. டேபிளில் வெண்கலத்தால் ஆன புத்தர் சிரித்துக்கொண்டிருந்தார். அவன் பின்னால் தொடர்ந்து சென்றபோது, அங்கு இருந்தவற்றைப் பார்ப்பதற்கு நேரமில்லாமல் இருந்தது. முன்பக்கக்கதவு வழியாக நாங்கள் சென்றபோது, அவன் இட்ட கட்டளை வார்த்தைக்குக் கட்டுப்பட்டுத் திரும்பினோம்.

ஒழுங்கற்ற அகன்ற புல்வெளி ஒருபக்கம் இருந்தது. அங்குச் சில உயரமாய் வளர்ந்த பாக்கு மரங்களை, பிலோடெண்ரானின் புறவெளி அவற்றின் வேர்,இலை ஆகியவற்றை வளர விடாமல் தடுத்தன. புதர்கள் மீது கொடிகள் தாமாக மேலே படர்ந்திருந்தவை பார்ப்பதற்குப் பெரிய சிலந்தி வலைபோல இருந்தன. ஹன்னா அதனைப் பாம்பு என்று நினைப்பதாக எனக்குப் பட்டது. நிலத்தின் மீது பார்வை செலுத்தினாள். கவனமாய்க் குதிரை

தமிழில்: இராம.குருநாதன்

லாயத்தைச் சுற்றி அடியெடுத்து வைத்து வெளியில் வந்து சந்துக்குள் நுழைந்தோம்.

வேகமாய் ஒளி பரவிற்று. அது தரையில் படர்ந்தது. காரை அடைந்தபோது விக்ரமசிங் அதன் பின்னால் நின்றிருந்தான்.

அவனுக்கு 'பை' சொல்லிவிட்டு கிண்டோடோவுக்குச் செல்லும் போது 'சோன்னி கொன்ஷூக்' கைப் பார்க்கும்படி உங்கள் நண்பரிடம் சொல்லுங்கள். முதலில் டோட்டுக்கு கைக்கொடுத்தான். பிறகு எனக்கு. கடைசியாக ஹன்னாவுக்கு.

காலிக்குத் திரும்பும்வரை அவர்கள் இருவரும் அமைதியாக வந்தார்கள். சாலை குறுகலாக இருந்தது. ஒளியைப் பாய்ச்சியபடி எதிரே வரும் கார் ஓர் இறுக்கத்தை அவர்களிடத்தே உண்டுபண்ணியது. நாங்கள் இரவு உணவின் போது பிற்பகலைப் பற்றிச் சட்டை செய்யவில்லை. காலை உணவின்போது, காலைத் தென்றல் வராண்டாவைச் சுத்தமாய்த் துடைத்திருந்தது. எங்களுக்கு ஏற்பட்ட அனுபவங்களால் அதிலிருந்து விலகியதாக உணர்ந்தோம். ஹன்னா சொன்னாள்: "இரவில் எழுந்ததும் மோசமான படுக்கையைப் பார்த்துக்கொண்டிருந்தேன்"

டோட் முணகினான்: சப்தமில்லாமல் தொலைக் காட்சியைப் போல் இருந்தது என்று நான் சொன்னேன். நீ எல்லாத்தையும் பார்த்தாய். ஆனா, என்ன நடந்துதுன்னு விஷயத்தை உன்னால கிரகிக்கமுடியல்லே."

குழந்தை முற்றிலுமாக மனக்கோளாறுக்கு ஆளானது. ஒரு மைல் தூரத்தில் நீ பார்த்திருக்கக்கூடும். டோட் தெரிவித்தான். ஹன்னா இதனைக் கவனிக்கவில்லை. அது ஒரு பெண்ணோட அறையிலதான் இருக்கணும். ஏன் அங்கு அவன் அழைத்துச் சென்றான் என்று எனக்குத் தெரியாது. ஏதோ ஒன்று முற்றுமாக இறுக்கத்தை உண்டுபண்ணியது. அதை நினைத்துப் பார்க்க அக்காட்சி என்னைக் கொஞ்சம் நலிவுக்கு உள்ளாக்கியது அந்தப் படுக்கை.

"நல்லது! அதெ பத்திச் சிந்திப்பதை நிறுத்து. டோட் அவளிடத்துச் சொன்னார். அதெ நான் மனசில்ல வச்சிருக்கவில்லை. அவன் காத்திருந்தான். நான் முன்னமே நல்லத்தான் இருக்கேன். புத்த பிஷுக்கள் கூட இப்படி நடந்துகொண்டது முறையா?"

நாங்கள் கடற்கரைக்குச் சென்றபோது, தென்மேற்குப் பருவக்காற்று வீசிக்கொண்டிருந்தது. மவுண்ட் லேவினியாவில் எங்கள் அறைக்கு

நடுப்பகலில் வந்தோம். கனமழை. வெளியே அலைகளின் பேரொலி. நாங்கள் என்ன சொல்லிக்கொண்டிருந்தோமோ அதைக் கேட்பதற்காக அறையின் சன்னலை டோட் மூடவேண்டியிருந்தது.

இந்தக் கொழும்புப் பயணம் தெலுங்கு பேசும் இந்தியரான என் வக்கீலைச் சந்தித்துப் பேசும் வாய்ப்பை ஏற்படுத்தித்தந்தது. கடற்கரையில் சில மைல் தூரத்தில் உள்ள 'காலி பேஃஸ்' இன் மதுக்கடையில் நான் சந்தித்தேன். ஹன்னா ஆறுமணிக்குத் திரும்புவதாகச் சொல்லியிருந்தாள். நான் வெளியே கிளம்பத் தொடங்குகையில் மழை குறையத் தொடங்கியிருந்தது.

உலர்ந்த காற்று காலி பேஃஸ் இன் 'லாபி'யில் வீசினாலும் மதுக்கடையில் வெளியேறிய புகைமண்டலம் மின்விசிறியால் ஒரு விதக் கிளர்ச்சியை உண்டாக்கியது. முதல் ஆளாக நான் உள்ளே நுழைந்ததும் என் பார்வைக்குப்பட்டது 'வெஸ்டர்ன் ஆப் தி சார்ட்டெட்' வங்கி. வக்கீல் இன்னும் வந்த பாடில்லை. எனவே மதுக்கடையில் விஸ்கிக்கு ஆர்டர் செய்தேன்.

"ஜின்டோட்டோவில் உள்ள குதிரை மைதானத்தில் போன மாசம் வயதான தம்பதிகளோடு உங்களை நான் பார்க்கலியா?"

"நான் எங்க அப்பா,அம்மாவோடு அங்கே இருந்தேன். ஒன்னை நான் கவனிக்காமல் இருந்திட்டேனே!"

"சொல்ல முடியாது, ஏன்னா, நான் ரொம்ப தூரத்திலே இருந்தேன். நான் பார்த்த அந்த மூன்று பேரும் உள்ளூர்க்காரங்க 'சோன்னி கொன்ஷாக்' ஐப் பத்தி நீ என்ன நினைக்கிறே?"

நான் சிரித்துக்கொண்டேன். அவன் எங்களை அவன் வீட்டுக்கு அழைத்துச்சென்றான்.

"ஒனக்கு அந்தக் கதை தெரியுமா?"

நான் தலையை அசைத்தேன்.

கொன்ஷாக் தன் கல்யாணத்துக்குப் பிறகு நடந்த கதையைச் சொன்னான். அவன் தன் பணியாளின் அறைக்குச் சென்றுபார்த்தபோது, அவனுடைய மனைவி நண்பர்களோடு படுத்திருந்ததைப் பார்த்தான். எப்படியோ தான் வைத்திருந்த துப்பாக்கியால் இருவரின் முகத்தை நோக்கிச் சுட்டுவிட்டு, சடலத்தைத் துண்டுதுண்டாப வெட்டினான். வெஸ்டன் குறிப்பிட்டதுபோல, அப்படி செய்தது மிகச் சாதாரணச் செயல். அந்த மோசமான நிகழ்ச்சி பல விளைவுகளை ஏற்படுத்தியது.

கொன்ஷாக் சில வாரங்கள் பைத்தியக்கார மருத்துவ மனையில் சேர்க்கப்பட்ட பின், விடுவிக்கப்பட்டான்.

கற்பனை செய்து பார். வெஸ்டன் சொன்னான்: "எல்லாம் அரசியல் தருமம்" கையளவு அரிசி திருடிய ஏழை சிறையில் தள்ளப்படுகிறான். பணக்காரனோ தில்லுமுல்லு செய்து தண்டனைக்கு உள்ளாகாது தப்பித்துவிடுகிறான். இதெ நீ பத்திரிகையிலே பார்க்கலாமே"

நான் பூந் தோட்டமான' கிரிம்ஸன் ப்ளேஸரை'யே நினைத்துக் கொண்டிருந்தேன். 'அதெ பத்தி ஒருபோதும் நான் கேட்டதில்லையே" நான் இவ்வாறு சொன்னேன்.

"அவன் ஒரு முழுப் பைத்தியம். எதெ நினைக்கிறானோ அதை உடனே செஞ்சுடுவான். அவன் அந்த வீட்டுக்குள் மக்களை அழைத்து அவர்களிடம் அந்த நிகழ்ச்சி நடந்ததைக் காட்டுவான். அதெ அவன் இப்போதும் விரும்பிச் செய்துகாட்டுறான். அவன் நடவடிக்கை இப்போ அப்படித்தான் ஆயிடுச்சு.

இந்தியன், மதுக்கடைக்கு வருவதைப் பார்த்தேன். நம்பமுடியாமல் இருந்துச்சு. ஆனா, அதெ நம்புறேன்." வெஸ்டனிடம் இதைச் சொன்னேன்.

வக்கீல் பக்கமாய்த் திரும்பி அவரை வாழ்த்தினேன். பழைய மதுக்கடையில் சலித்துப்போன காற்றில் இருந்துவிட்டு 'லவுஞ் சில்' உட்கார்ந்து பேசிக்கொண்டிருந்தோம்.

இரவு உணவுக்கு முன் மவுண்ட் லாவின்யாவில் குறிப்பிட்ட நேரத்தில் குளிப்பதற்காகத் திரும்பிக்கொண்டிருந்தேன். இதமான வெந்நீரில் படுத்திருந்தபோது, நான் ஹன்னாவிடமும், டோட்டோவிடமும் நான் கேட்ட அந்தக் கதையைச் சொன்னதும் எதிர்வினை எப்படி இருக்கும் என்று யோசித்தேன். அந்தக் கதையின் மீதிப் பகுதியைக் கேட்கவும் ஆர்வம் இருந்தது. வயதான அவர்கள் அது பற்றி ஆழ்ந்து சிந்திக்கலாம். மகிழ்ச்சி தராத அதனை மறுபடி திரும்பவும் நினைத்துப் பார்க்க இயலாது. அந்த விடுமுறை நாள் அவர்கள் நினைவுகளில் ஞாபகத் தழும்பாய் ஆகிவிடும். எனவே, அவர்களை இரவு விருந்துக்கு அழைத்துச் செல்கையில் அவர்களிடம் அதனைச் சொல்லலாமா வேண்டாமா என்று நினைத்துச் சொல்லத் தயங்கினேன்.

பாடல் ஒலித்துக்கொண்டிருப்பதைக் கேட்கும் தூரத்தில் அமர்ந்தோம். வழக்கத்துக்கு மாறாக ஹன்னா கொஞ்சம் கூடுதலான

ஆடையில் இருந்தாள். அவர்களின் அங்க அசைவுகளைக் காட்டிலும் அவர்கள் பேசியது அதிகம்.

நியூயார்க் திரும்பிச் செல்வதில் அவர்கள் மிக மகிழ்ச்சியாக இருக்கிறார்கள் என்று கண்டுகொண்டேன். உணவு சாப்பிட்டுக் கொண்டிருந்த நேரத்தில் பாதி சாப்பிடும் போதே, அவர்கள் இந்தப் பயணத்தில் முக்கியமான நிகழ்ச்சி எது என்பதைப் பற்றிப் பரிசீலனை செய்யத்தொடங்கினர். புத்தர் பல் இருக்கும் கோயில்; பெங்கால் புலிக்குட்டிகள் இரண்டினை வாங்க நினைத்து வாங்காதது; மிஸ்டர் பார்ட்ஜென்ஸ் புல்வெளியில் இந்தோனிசியா இரவு விருந்தின்போது, ‘மைனா ஒன்று தத்தித்தத்தி ஹன்னாவிடம் வந்து சாப்பிடுங்க என்று பேசியது’ இவற்றையெல்லாம் நினைவுக்குக் கொண்டுவந்தனர்.

அந்த விசித்திரமான இளைஞன் –அந்த விசித்திரமான வீட்டில். ஹன்னா உடனே எதையோ சொல்ல. என்ன அது?. டோட்டோ கேட்டான். நெற்றியைச் சுருக்கியபடி ஞாபகத்திற்குக் கொண்டுவர முயன்றார். நினைவு படுத்திக்கொண்டார். ஓ, கடவுளே! என்று முணு முணுத்துவிட்டுப் பிறகு சொன்னார்: “உன்னோட சிறப்பான நண்பன் இல்லையா அல்லவா அவன்!” என்னைப் பார்த்துச் சொன்னார். “உங்க அம்மா அதெ சரியாப் புரிஞ்சிக்கிலே”

வெளிப்புறத்தில் கடலின் சீற்றம். ஹன்னா நினைவு இழந்ததுபோலக் காணப்பட்டாள். அது எதுபோல இருந்துதுன்னு நான் அறிவேன். ‘

உடனே அவள் வியந்துபோனாள். புத்த விகாரைகளில் ஒன்றைச் சுற்றி வந்தது போல அல்லவா இருக்கிறது. அவர்கள் அவற்றை எப்படி அழைக்கிறார்கள்?”

டோட் மூக்கை உறிஞ்சியபடியே மெல்லச் சிரித்தார்.

‘இல்லை. நான் ரொம்ப சீரியஸா இருக்கேன். அந்த அறை எதையோ உணர்த்தியது. புனத இடமாகக் கூட இருக்கலாம்.

நான் அவளைப் பார்த்தேன். விளக்கம் தேவையில்லாமல் அதன் மையத்தைப் புரிந்துகொண்டாள். நான் கூடச் சொன்னேன். உறுதியா தெரிவதற்கு வழி இல்லை.

அவள் சிரித்தாள். உனக்குத் தெரியாதவரைக்கும் நல்லது.

அது உண்மை இல்லை என்றாலும் அவள் அவ்வாறு சொன்தன் பொருளை விளங்கிக்கொள்ளமுடியாமல் அதனை ஒரு நூறு முறையாவது சொல்லியிருப்பாள்.

ஆனால், அது ஒரு சமயம் பொருத்தமற்றதாகவே பட்டது. தலையை ஆட்டிக்கொண்டே நான், "நீ சொன்னது சரிதான்"என்றேன்.

சான்ட்ரோ சிஸ்னெராஸ் (1954)

அமெரிக்கப் பெண் எழுத்தாளர்களில் ஒருவர். தி ஹவுஸ் ஆஃப் மாங்கோ ஸ்ட்டீட் என்ற இவரது நாவல் புகழ் பெற்றது. வுமன் ஹலோரிங் கிரீக் அண்ட் அதர் ஸ்டோரிஸ் என்ற சிறுகதைத்தொகுதி மூலமாகவும் புகழ் பெற்றவர். பண்பாட்டுக் கலப்பு, பொருளாதாரச் சமச்சீரின்மை ஆகியவை அவரை எழுதவைத்தன. அவர் பல பரிசுகளையும் விருதுகளையும் பெற்றவர். இவரது குடும்பம் மெக்ஸிகோவிற்கும், அமெரிக்காவிற்கும் இடமாறியதால் அவர் பெற்ற அனுபவங்களை படைப்பிலக்கியத்தில் புகுத்தி எழுதிவந்தவர். ஆங்கிலோ–அமெரிக்கப் பண்பாட்டில் நிலவி வந்த பல கருத்துகளை எதிர்வினைக்கு உட்படுத்தித் தம் படைப்புகளில் பதியச் செய்தவர். ஒரு சமூக விமர்சகராகவே திகழ்ந்தவர், தி ஹவுஸ் ஆஃப் மாங்கோ ஸ்ட்டீட் உலகின் பெரும்பான்மையான மொழிகளில் மொழிபெயர்க்கப்பட்டது. *1998* இல் மெகண்டொ நிறுவனம் என்ற அமைப்பினைத் தொடங்கி அதன் மூலம் எழுத்தாளர்களுக்கான பயிற்சிப் பட்டறை வகுப்புகளை நடத்தியவர். *2000* இல் ஆல்ஃப்ரடோ சிஸ்நேராஸ் டெலெ மாரல் நிறுவனம் என்ற ஒன்றைத் தொடங்கி அதன் வழியே டாக்ஸாஸ்ஸைச் சார்ந்த எழுத்தாளர்களுக்கு விருது வழங்குவதை வழக்கமாகக் கொண்டிருப்பவர். தற்போது சான் அண்டோனியாவில் வசித்து வருகிறார். தன்னைச் சார்ந்த இனத்தோரையும், தனது வாழ்க்கை அனுபவங்களையும் படைப்பில் பதிவு செய்துள்ளார். அவரின் சிறுகதைகள் பல கோணங்களில் அமைந்தவை. நனவோடையாகவும், ஏமாற்றும் எளிமையாயும் இருப்பவை. கவித்துவமாயும் அமைபவை. வாழ்கையை அதன்அப்பால் நின்று நோக்கச்செய்பவை. மார்போரா மேன் என்ற சிறுகதை உளவியல் சார்ந்தது. படிமங்களும்,குறியீடுகளும் நிறைந்தது. இவர் நேஷனல் எண்டோமெண்ட் கலை அமெரிக்கப் புத்தக விருது, கொலம்பஸ் நிறுவன விருது முதலிய விருதுகளைப் பெற்ற இவருக்கு, நியூயார்க் ஸ்டேட் கௌரவ டாக்டர் பட்டம் வழங்கியது.

ஒரு புனித இரவில்

என் பெயர் 'சாக்' என்று என்னிடம் சொன்னவன் தன் முழுப்பெயர் சாக் உக்ஸ்மல் பலோக்யூன். என்று கூறிக்கொண்டான். மாயா வம்சத்தைச் சார்ந்த அரச பரம்பரை என்று சொல்லிக்கொண்டான், யூகாடான் என்ற இடத்திலிருந்து வந்ததாகச் சொல்லி, அவனிடமிருந்த வரைபடத்தில் அந்தத் தொன்மையான நகரைச் ,சுட்டிக்காட்டினான். பாய் பேபி அப்படித்தான் சொல்லியிருந்தாள்.

அபுலிதா அவனைப் பதினெட்டு வாரங்களாக விரட்டிவருகிறாள். ராசேசல், லௌடர்ஸ்க்கும் அந்த விஷயம் தெரியும். உங்களைத் தவிர வேறு யாரிடத்திலும் இதனை நான் சொல்லியதில்லை. ஒரு மதப்புரட்சிக்கு வித்திடுவது போல, என்னை நினைத்துக்கொண்டு அவன் என்னை விரும்புவதாகச் சொன்னான். அபுலிதாயா தள்ளுவண்டியை இயக்கினாள். வீட்டிலிருந்து பல மைல்கள் கடந்து, புழுதி படர்ந்த இந்த நகரத்திற்கு அனுப்பிவைத்தாள். சுருக்கம் விழுந்த முதிர்ந்த மாயக்காரி ஒருத்தி ஒரு விதக் கல்லால் என் வயிற்றைத் துடைத்துவிட்டாள்.

வெள்ளரிக்காய் விற்றுக் கெட்டுப் போகும் பெண்கள் எத்தனை பேர் என்று எனக்குத் தெரியாது. நான் அப்படி அல்ல. ஆனால் என் அம்மா ஒழுக்கங்கெட்டவள் என்று எனக்குச் சொல்லப்பட்டது. என் அபுலிதாவுக்கு எனச் சொந்தக் கதை உண்டு என்பதை என்னால் உறுதியாகச் சொல்லமுடியும். இப்போதைக்கு அதனைக் கேட்பதற்கு உரிய இடமன்று.

லாவோ மாமா செய்த குற்றம் என அபுலிதா கூறினாள். அவன்தான் குடும்பத்தலைவன். வீட்டுக்கு உரிய நேரத்தில் அவன் வந்திருப்பானேயானால்

தள்ளுவண்டியை அவன்தான் வேலை செய்யவேண்டும் என்று சொல்லப்பட்டது. கடவுளின் வரத்தால் வந்த தங்கையைப் பாதுகாக்கவும், அவனுக்குத்தான் பொறுப்பு. ஆனால் அவளோ தன்னை மட்டுமே கவனித்துக்கொள்ளும் கடைந்தெடுத்த முட்டாள். அவன் இருந்திருந்தால் எதுவும் நடந்திருக்காது. நானும் மெக்சிகோவிற்கு அனுப்பப்படாமல் இருந்திருப்பேன். ஒரு பெண்ணைத் தீமையிலிருந்து காப்பாற்றாமல் இருப்பது எவ்வளவு வெட்கக் கேடான விஷயம்! நான் கெட்டவள் என்று சொல்லவரவில்லை. நான் தனித்த பண்புகள் கொண்டவள் என்று சொல்லவும் இல்லை.

கதவுகளில் நின்று கொண்டு தகாதவழி ஆண்களோடு ஆல்போர்ட் வீதியில் திரியும் பெண்களைப் போன்றவளாக நான் இல்லை. ஒரு போதும் அப்படி இருக்க விரும்புபவளும் அல்ல என்பது தெரியும். அதேபோல் இன்னொருத்தர் வண்டியில் புகுந்து கொள்பவளும் அல்ல. நான் 'பாய் பேபி'யைச் சந்திக்கும்போது அந்த வழியை நான் அறிந்து கொள்வேன்.

நான் பெண்ணாக இருந்ததில்லை என்பது உங்களுக்குத் தெரியவேண்டும். 'பாய் பேபி' யும் ஒரு பையன் அல்ல. சாங்க் உக்ஸ்மால் பாலாக்யூன் ஒரு பாய் பேபி. நான் அவனது வயதைக் கேட்டதும் தெரியாது என்று சொன்னான். இறந்த காலமும், வருங்காலமும் ஒன்றே. எனவே,அவன் பாயாகவும், பேபியாகவும் உடனே மனிதனாகவும் காணப்பட்டான். அவன் என்னைப் பார்த்த நிலையை எப்படி நான் விளக்கிச் சொல்லமுடியும்?

ஞாயிறுக்கிழமைகளில் 'ஜ்வல்' உணவு விடுதிக்கு முன் நான் தள்ளுவண்டியை நிறுத்துவது வழக்கம். முதன் முதலாக அவன் 'மாங்கோ ஸ்டிக்' வாங்கிவந்தான். புதிய இருபது டாலர் கொடுத்து வாங்கியிருந்தான். அடுத்த ஞாயிற்றுக் கிழமை இரண்டு மாங்காய்கள், எலுமிச்சைச் சாறு, மிளகாய்ப் பொடி.. ? மூன்றாவது சனிக்கிழமை வெள்ளரிக்காய் கேட்டான். அதனை மெல்லச் சாப்பிட்டான். 'பிளாஸ்டிக் கப்பில்' 'கூல் ஏய்ட்' எனக்காக வாங்கிவரும்வரை அவனை நான் பார்க்கவில்லை. நான் அவன் மீது கொண்ட உணர்வு எனக்குப் புரிந்தது.

நீங்கள் அவனை விரும்பாமல் இருக்கலாம். அவன் ஒழுங்கங்கெட்டவனாக உங்களுக்குத் தோன்றலாம். அதனை அவன் பார்த்தான். மழமழப்பானதும், தடித்ததுமான நகங்கள், தலை முடி அழுக்கு. அதனை அவன் ஒரு போதும் வெட்டிக்கொண்டதில்லை. அவனது எலும்பு வலிமையானவை. ஒவ்வொரு சனிக்கிழமையிலும்

வழக்கமான நீல ஆடை அணிந்து அவனுக்காகக் காத்திருந்தேன். மாங்காய்களையும், வெள்ளரிக்காயையும் எல்லாம் விற்றுவிட்டேன். கடைசியாக பாய் பேபி வந்தான்.

சாக் பற்றி நான் அறிந்தவரை எனக்கு அவன் சொன்னதுதான். அவன் எங்கிருந்து வந்தான் என்பதை யாரும் பார்த்ததில்லை. தெரியவும் தெரியாது. அவன் பேசியது மட்டும் புதிய மொழியாக இருந்தது. அது யாருக்கும் தெரியாததாகவும் இருந்தது. பெயர் மட்டும் மொழிபெயர்ப்பில் பாய் ஆகவும், அல்லது பாய் பேபி என்றும் தெரிந்தது. தெருவாசிகள் பாய் பேபி என்று புனைபெயரிட்டு அழைத்தனர்.

அவனது கடந்த காலத்தை ஒருபோதும் நான் கேட்டதில்லை. அவனைச் சார்ந்த மக்களுக்குக் கடந்த காலமும், எதிர்காலமும் எல்லாம் ஒன்றுதான் என்று சொன்னான். உன்னைக் காப்பாற்றுவதும் உன்னிடம் வருவதும், உன்னைக் கவனிப்பதும் எது என்று உண்மையில் எனக்குப் பிடிபடாமல் இருக்கிறது.

இரவு நேரம். பாய் பேபி என் தலைமுடியை துவட்டினான். என்னிடம் புரியாத மொழியில் பேசினான். அவ்வாறு அவன் பேசியது எனக்குப் பிடித்திருந்தது. அவன் எப்படி சாக் ஆனான் என்பதை அறிய விருப்பம். சாக்கின் மக்கள், சாக்கின் சூரியன், சாக்கின் கோயில் என்று அவன் பேசுவது சில சமயங்களில் உடைந்து போன களிமண் ஒலியைப் போல், பொல பொல என்று இருக்கும். மற்ற சமயங்களில் உள்ளீடற்ற குச்சியின் ஒலி போல இருக்கும். அல்லது மெல்லிய இறகு காற்றினூடே எழுந்து பறந்து புழுதியில் தூளாகியது போல இருக்கும்.

'எஸ்பர்ஷா அண்ட் சன்ஸ்' தானியங்கி பழுதுபார்க்கும் கடையின் பின்புறம் அவன் வசித்துவந்தான். அங்கு ஒரு சிறிய அறையில் தங்கியிருந்தான். 'பிங்க்' நிற பிளாஸ்டிக் திரை ஒரு குறுகலான சன்னலில் தொங்கியது. செய்தித் தாளால் பரப்பப் பட்ட அழுக்கடைந்த கட்டில், 'கப்போர்டில்' காலுறைகள், துருப்பிடித்த கருவிகள் சில அவன் இருந்த இடத்தில் இருந்தன. வழவழப்பான மின்விளக்கு ஒன்று இருந்தது. 'எஸ்பர்ஷா காரேஜ்' அறையின் பின்புறம் ஒருவர் மட்டுமே தங்கக் கூடிய அறையின் திரை மறைவில் துப்பாக்கிகள் இருந்ததைக் காண்பித்தான். எண்ணிக்கையில் அவை இருபத்திநான்கு இருக்கும். ரைபிள்ஸ், பிஸ்டல்ஸ், துருப்பிடித்த துப்பாக்கி ஒன்று, இயந்திரத் துப்பாக்கி ஒன்று, ஒளிவீசும் முத்துக்களால் ஆன கைப்பிடிக் கொண்ட சின்னச் சின்ன ஆயுதங்கள் வரிசையாய்ப் பொம்மைகளைப்

போல அடுக்கப்பட்டிருந்தன. இதிலிருந்து நான் எப்படிப்பட்டவன் என்பதை அறிந்துகொள்ளலாம் என்று அவன் சொன்னான். அவற்றையெல்லாம் செய்தித் தாள்களுக்கு அடியில் பதுக்கி வைத்திருந்தான். இப்போது அவை உங்களுக்குத் தெரிந்திருக்கும். எனக்கு அவை தெரிந்திருக்கத்தேவையில்லை.

எனது பிறப்பு, எனது மகனுடைய பிறப்பு என்பதைப் பற்றி யெல்லாம் விண்மீன்கள் சொல்லும். என்ன நடக்கும் என்பதை முன்னறிவிப்பாக அவை உணர்த்தும். என் மூதாதையர்களின் பெருமைகளை நினைவுக்குக்கொண்டுவந்தாள் அந்த பாய் பேபி. அவர்களிடமிருந்து அம்பினை உடைத்தவர்கள், அவர்களின் தொன்மையான பீடங்களைச் சிதைத்தவர்கள், சிறுகுழந்தையாக இருந்தபோது பல ஆண்டுகளாய் வழிபட்ட மாந்திரீகக் கோயிலில் வழிபட்டது உட்பட எல்லாவற்றையும் அவன் சொன்னான். அது எப்போது என்றால் பழைமையான வழிமுறைகளை மீண்டும் கொண்டு வரவேண்டும் என்று அவனுடைய தந்தை அவனிடத்து சத்தியம் வாங்கிக்கொண்டபோது. வௌவால்கள் மட்டுமே அந்த இடத்தைப் புனிதமாக்கும் என்று சொல்லிக் கோயில் இருட்டில் அழுதுகொண்டே சொன்னான் பாய் பேபி. மனிதனாகவும், குழந்தையாகவும் செய்தித்தாளில் வைக்கப்பட்டிருக்கும் துருப்பிடித்த துப்பாக்கிகளுக்கிடையே பாய் பேபி ஆக மனிதனாகவும், குழந்தையாகவும் இருந்துகொண்டு ஆயிரக்கணக்கான ஆண்டுகளாய் அழுதான். நான் அவனைத் தொடும்போது, ஒரு அமைதியாய் இருக்கும் கல்லின் சோகத்தைப் போல என்னை நோக்கினான்.

நான் என்ன செய்யப் போகிறேன் என்று எவரிடத்தும் சொல்லக்கூடாது என எனக்குக் கட்டளை இட்டான். மஞ்சள் நிற ஒற்றைக் கண்களோடு வெளிறிய நிலவை பிங்க் நிறப் பிளாஸ்டிக் திரை வழியே பார்த்தது நினைவுக்கு வந்தது. ஏதோ ஒன்று என்னுள் புகுந்து என்னைக் கடித்தது. அழுதேன். ஒன்றும்புரியாத நிலையில் தாவி வெளியேறினேன். ஒரு மிகப்பழமையான வானத்தின் கீழே பெருமையும் ஆற்றலும் மிகுந்த வாரிசாக கௌரவிக்கப்பட்டேன்.

* * *

உண்மையாக அது ஒன்றும் பெரிதல்ல. பெரிதே இல்லை. என்னுடைய பாண்டியை டி சட்டையில் நுழைத்துக்கொண்டேன். நெஞ்சைப் பிடித்தபடி வீட்டை நோக்கி ஓடினேன். நான் எப்படி வரலாற்றில் ஓர் அங்கமானேன் என எண்ணி

எல்லா உலகத்தையும் பற்றிச் சிந்திக்கலானேன். தெருவில் உள்ளோர் ஆச்சரியப்பட்டார்கள். ஒரு தையல்காரப் பெண் 'பெனேடிரியாவின்' விற்பனைப் பெண். பேருந்தில் அமர்ந்து பயணிக்கும் இரு குழந்தைகளைப் பெற்றவள். அவளுக்கு இதெல்லாம் தெரியாது. என்னிடத்து மாற்றம் ஏதேனும் தெரியாது. அவர்கள் சொல்வார்களா? முதுக்குப் பின்னால் சிரிக்கவும், பெண்கள் காத்திருப்பதுபோல் காத்திருக்கவும் –நாமெல்லாம் ஒன்றுதானே. இந்த உலகம் ஒன்றுமில்லாததற்கு மில்லியன் ஆண்டுகளில் முக்கியமான ஒன்றை ஏன் கண்டு பிடிக்கவேண்டும். ?

எனக்கு வெட்கமாக இருப்பதாக நினைக்கிறேன் என்று எனக்குத் தெரியும். எனக்கு வெட்கம் ஒன்றுமில்லை. மிக உயரமான கட்டடத்தில் நின்று கொண்டு – அதிக உயரமான தளத்தில் இருந்துகொண்டு கூக்குரல் எழுப்ப எனக்கு ஆசை.

ஏன், அபுலிதா மற்றும் லோர்டேயின் சகோதரர்கள் பலர் நிறைந்திருக்கும் வீட்டில் என்னைத் தூங்கவிடமாட்டார்கள் என்பதை அறிந்துகொண்டேன். சினிமாவில் ரோமானியப் பெண்கள், படைவீரர்களை விட்டு ஏன் விலகி ஓடுகிறார்கள், காதல் காட்சிகளில் காதல் வாடிப்போகும் போது என்ன நடப்பது? மணப்பெண் ஏன் நாணப்படவேண்டும்

நான் விவேகி ஆனேன். வீதி ஓரத்தில் பெண்கள் சிறிய விளையாட்டுச் சதுக்கங்களில் இன்றும் தாண்டிக்குதித்துக்கொண்டு இருக்கிறார்கள். உள்ளே சிரித்துக்கொண்டிருக்கிறேன். நானும் அபுலிதாவும், லோர்டேமாமாவும் வசிக்கும் இரண்டாவது தளத்தின் பின்புறத்திற்குத் தாவினோம். கதவைத் திறந்துபார்த்தபோதும் சிரித்துக்கொண்டே இருக்கிறேன்."தள்ளுவண்டி எங்கே" என்று அபுலிதா கேட்டான். என்ன செய்வது என்றே எனக்குத் தெரியவில்லை.

சில சமயங்களில் கெட்ட சகவாசமுள்ள அண்டை வீட்டாரோடு வசிப்பது கூட நல்லதுதான் போல!. உங்கள் பாவங்களுக்கான பழி சுமத்த அங்குப் பலபேர் இருக்கிறார்கள். நான் சொல்வது நிகழ்ந்திராவிட்டால் உண்மையில் நடந்திருக்கும். எனது தள்ளுவண்டியைத் திருடிய குழந்தைகளை நாங்கள் பார்த்துக்கொண்டுதான் இருக்கிறோம். ஆனால், அங்கும் இங்குமாகச் சரிப்படுத்தும் வரை அபுலிதா ஓர் ஓட்டை வழியாக என் மார்பைப் பார்த்தான். அதில் ஒன்றும் தவறில்லை.

இரண்டு வாரங்கள் கழித்து நான் வீட்டில் இருக்க வேண்டியதாயிற்று. அபுலிதா தள்ளுவண்டியைத் திருடிச் சென்ற

தெருக் குழந்தைகளை எண்ணிப்பயந்தேன். அது என்னிடத்தில் மீண்டும் வந்தது. அதனால் எஸ்பார்ஜ் காரோஜுக்குப் போக எண்ணியிருந்தேன். தள்ளுவண்டியை வெளியே எடுத்து அதனை ஏதாவது ஒரு சந்தில் விட்டு விடுவது என்று எண்ணியிருந்தேன். போலீசு கண்டு பிடிக்கட்டும். எனக்குத் தனியே வெளியே செல்ல அனுமதி இல்லை. கொஞ்சம் கொஞ்சமாக உண்மை வெளியே கசியத்தொடங்கியது. ஆபத்தான 'கேசோலைன்' திரவம் படர்வது போல.

மாடியில் வசிக்கும் மூக்கு நீண்ட வண்ணாத்தி, என் அபுலிதாக்கு ஏதோ ஒன்று நிகழ்ந்திருப்பதாகச் சொன்னாள். தள்ளுவண்டி 'எஸ்பர்ஷா அண்ட் சன்ஸ்' இல் ஒவ்வொரு சனிக்கிழமை இரவுக்குப் பின் செலுத்தப்படுகிறது. யாரிடமும் பேசாத கறுப்பு இந்தியன் ஒருவன் என்னோடு நடந்துவந்தான். அப்போது சூரியன் மறைந்த நேரம். வண்டியை 'காராஜில்' தள்ளினான். நாங்கள் உள்ளே போனோம். 'கோன்சா' என்றழைக்கப்படும் குண்டான பெண் இருந்தாள். கூந்தலில் கறுப்பு நிறச் சாயம் அடித்திருந்தாள். அவள் தடித்திருந்த விரலால் எதையோ சுட்டிக்காட்டினாள்.

கடவுள்கள் கவனிக்கும் வரை எல்லாம் நன்மைக்கே என்று எண்ணி பாய் பேபியைச் சந்திக்கக் கூடாது என வேண்டிக்கொண்டேன். எஸ்பார்ஜ் ஆமாம் என்று சொன்னான். அவனைப் போன்றே ஒருவன் அங்குத் தங்கி இருந்துவிட்டு அகன்று விட்டான். அவன் மூட்டை முடிச்சுகளோடு தள்ளுவண்டியை ஓர் ஓரத்தில் விட்டுச் சென்றான் வாடகைப் பாக்கிக்காக.

எங்கள் தள்ளுவண்டியைத் திரும்பப் பெற, நாங்கள் இருபது டாலர்கள் தண்டம் தரவேண்டியிருக்கும் என்று அபுலிதா பிறகுதான் சொன்னான், வண்டி காணாமல் போன உண்மைக் கதையை! அந்த ஒரு இரவில் நான் சொன்னேன். நான் சொல்லவேண்டியிருந்தது. சில வாரங்கள் கழித்து, நான் எனது சைக்கிள் கிடைத்ததை எண்ணி நிலாவிடம் வழிபாடு செய்ய எண்ணியிருந்தேன். அது இயலவில்லை.

* * *

நான் டார்லா ஸஸ்ஸுக்கிற்குப் புறப்பட்டுப் போவதை அறிந்துகொண்ட அபுலிதா கண்கள் சிறுத்துப்போகும்வரை அழுதாள். லார்வோ மாமாவைத் திட்டினான். மாமா இந்த நாட்டைத் திட்டினான். மனிதர்களின் பழிச் செயலை அபுலிதா திட்டித்தீர்த்தாள். தள்ளுவண்டியில் வெள்ளரிக்காயை ஏற்றியபோது

அவள் ஏதோ தகாத வார்த்தை சொன்னாள். அதைப் பற்றி நான் வெட்கப்பட ஒன்றுமில்லை.

நானும் கூட அழுதேன். என்னை விட்டு பாய்பேபி நீங்கினான். அதுவரை தலைவலியால் மண்டை சூடாகிப்போனது. தூங்கிப்போனேன். நான் எழுந்த பிறகு, அபுலிதா புனித நீரைத் தெளித்தாள்.

ஒவ்வொரு நாளும் அபுலிதா சீக்கிரம் எழுந்துவிடுவாள். டெமினியோ கிடைத்துவிட்டாளா என்ற செய்திக்காக அவன் எஸ்பார்ஜ் காரேஜுக்குப் பார்க்கப்போய்விட்டான். சாக் உக்ஸ்மல் பாலாக்யூன் ஏதாவது கடிதம் போடுவானா என்று பார்த்தாள். மற்ற மெக்கானிக்குகள் அப்பெயரை அவர்கள் அடையாளம் கேட்டுச் சிரித்தபடி அப்பெயரைக் கேட்டாள். முகவரி இல்லாமல் ‘பாய் பேபி பாயி’க்கு எழுதிய மடல்களைப் பார்த்தேன். அவர் அவசர மாகப் புறப்பட்டுச் சென்றார்.

அங்கே மூன்றுபேர்கள்தாம் இருந்தனர். முதலில் என் சீரழிந்த வாழ்வைச் சீர்திருத்தவேண்டும் என்ற எண்ணத்தில் என்னுடைய அபுலிதா எழுதிய கடிதம். ‘பாய் பேபி’ எங்கே இருக்கிறாள் என்று மடத்துத்துறவிகளுக்குத் தான் தெரியவேண்டும். அவளை அவர்கள் மறைத்துவைத்திருக்கிறார்கள். அதனால் பயனில்லை. எல்லாரது ஆவிகளையும் கடவுள் பார்த்துக்கொண்டுதான் இருக்கிறார்.

ரொம்ப நாளா ஒன்றையும் கேட்கவில்லை. அபுலிதா பள்ளியிலிருந்து என்னை அழைத்துச் சென்றாள். என்னுடைய சீருடை வயிற்றைச் சுற்றி இறுக்கமாக இருந்தது. நான் எட்டாவது ‘கிரேடை’ எங்கே முடிக்கமுடியாமல் போய்விடுமோ என்று எண்ணியதும் அது எனக்கு வெட்கமாய்ப் போய்விடுமோ என்று சொன்னேன்.

லார்டஸ், ராசேல், என் பாட்டி, லோர்லா மாமா தவிர, வேறு என் கடந்த காலம் பற்றி யாருக்கும் தெரியாது. பெரியதொரு படுக்கையில் நான் தூங்குவேன். எப்போதும் அபுதலியாவோடுதான் படுத்திருப்பேன். அடுப்பங்கரையில் அவளும், லோர்லா மாமாவும் தாழ்வான குரலில் பேசியதைக் கேட்டேன். ஜெபமாலையில் செபித்தனர். என்னை அவர்கள் எப்படி மெக்சிக்கோவிற்கோ, சான் டியோன்சியோவுக்கோ, டி த்லத்டெபாங்கிற்கோ – எங்கே என் மாமா இருக்கிறாரோ, எங்கே நான் பிறந்தேனோ, அதனால் சான் டி யான்சோவில் இருக்கும் அக்கம் பக்கத்து வாசிகள். ஏன். அவளது வயிறு பெரிதாகப் புடைத்துக்கொண்டிருக்கிறது என்று கேட்கமாட்டார்கள்?

நான் மகிழ்ச்சியாக இருந்தேன். வீட்டில் தங்குவதை விரும்பினேன். அபுலிதா மெக்சிகோவில் தான் கற்ற பின்னல் வேலையை எனக்குக் கற்றுத் தந்துகொண்டிருந்தாள். நான் அந்தக் கலையில் தேர்ந்த பொழுதில் எனக்கு'கான்வெண்டி'லிருந்து ஒரு கடிதம் வந்தது. அது 'பாய் பேபி' பற்றி உண்மையைக் காட்டுவதாக இருந்தது. எப்படி இருந்தபோதும் அதனை நான் ஒரு பொருட்டாக மதிக்கவில்லை. மிசிரியா நகரில் உள்ள தெரு ஒன்றில் பெயரில்லாமல் அவன் பிறந்தான். அவனுடைய அப்பா எசிபியோய சாணைக்கல் தீட்டுபவர். அவளுடைய அம்மா ரெப்யூஜியா ஆப்ரிகாட் பழம் விற்பவள். துணியில் குவியலாக விரித்துச் சந்தையில் விற்றுக்கொண்டிருப்பாள். அவர்களின் உடன்பிறப்புகள் பற்றிக் கொஞ்சம் தெரியும். அவர்களில் இளையவள் ஒரு துறவி. எனக்குக் கடிதம் எழுதி எல்லாவற்றையும் தெரிவிப்பாள். என் ஆன்மாவிற்காக வழிபட்டாள். அவையெல்லாம் உண்மை. பாய் பேபிக்கு வயது முப்பத்து ஏழு. அவனது பெயர் சாட்டோ–சாட்டோ. அதற்குப்பொருள் கொழுத்த முகமுடையவன் என்பது. அவனிடத்து மாயன் இனத்துக்கு உரிய ரத்தம் இல்லை.

அது பெண்ணாக இருக்கும் என்று நான் நினைக்கவில்லை. வாழ்க்கை முழுவதும் மனைவிக்காக யுக யுகமாய்க் காத்திருக்க வேண்டும் என்பதை அவர்கள் அறிவார்களா என்பது எனக்குத் தெரியாது. குழந்தை பிறக்கப்போகும் நாளை எண்ணிக்கொண்டிருக்கிறேன். என் உள்ளத்தில் அது நீரின் சுழற்சியை ஒத்திருந்தது. ஒருநாள் அது என்னிலிருந்து பற்களால் கிழித்துக் கொண்டு வெளிவரும்.

எனக்குள் ஒரு மிருகம் இருப்பதாய் ஓர் உணர்வு. தூங்காமல் என்னுள் எழுச்சியை எழுப்பியது. சூனியக்காரி ஒருத்தி சொன்னாள்: அது மர நாயைப் பற்றிய கனவு. அது எப்படி உறங்கவைக்குமோ அப்படித் தன் குழந்தையைத் தூங்கவைக்கும். மதகுருவால் ஆசி பெற்ற வெள்ளை ரொட்டியைத் தந்து உண்பிப்பாள். என்னுள் இருக்கும் ஒரு பேய் என்னைச் சுற்றிச்சுற்றி வந்து ஓய்வு இல்லாமல் துரத்தி அடிக்கிறது.

* * *

உரிய நேரத்தில் இங்கு அனுப்புவதாக அபுலிதா சொன்னாள். பேபி பாய் எங்கள் வீட்டிற்கு வந்து எங்களுக்காக ஒரு வீடு பார்த்தான். அவளைத் துடைப்பத்தால் துரத்தவேண்டியிருந்தது. அடுத்தபடி நாங்கள் கேட்டது, அவனுடைய சகோதரி

அனுப்பியிருந்த பேப்பரில் அவனைப்பற்றி. இரண்டு கைகளையும் தூக்கிய படி அவனது நிழற்படம்!. போலிசு அவனைப் பிடித்துச் சென்றது. லாஸ் கிரடுடாஸ் க்குச் செல்லும் வழியில் ஒரு பெண் உடல்

என்னால் பார்க்கமுடியவில்லை. ஆனால் சிறிய கறுப்பு வெள்ளைப் புள்ளிகளை உற்று நோக்கமுடிந்தது. இங்கே உள்ள மாமன்கள் என்னோடு பேசவில்லை. அல்லது அப்படிப் பேசினால் கேட்கக் கூடாத கேள்விகளைக் கேட்க அவர்களுக்கு வயது போதாது. அவர்கள் உண்மையில் ஆசைப்படுவது பிள்ளைகள் பெறுவது எப்படி என்பது. திருமணமான சகோதரிகளிடம் கேட்க அவர்கள் வெட்கப்படுவார்கள்.

தூக்கத்தில் அவனது மூச்சு நெட்டுயிர்த்தது. அவன் படுக்கவைக்கப்பட்டது அவர்களுக்குத் தெரியாது. கண்கள் மங்கின. நான் அவர்களிடம் சொன்னேன். அது ஒரு கெட்ட 'ஜோக்'. நீங்கள் அதனை உணர்ந்தால் வருத்தப்பட வேண்டியிருக்கும்.

* * *

ஐந்து குழந்தைகளைப் பெற்றெடுக்க இருக்கிறேன். இரண்டு பெண்கள், இரு பையன்கள். ஒரு பேபி. பெண்கள் லிசட், மரிட்ச் என்று பெண்களுக்குப் பெயர் வைப்பேன் பையன்களுக்கு பாப்லோ, சாண்ட்ரோ, பேபி குழந்தைக்கு அலெக்ரெ. ஏனென்றால் வாழ்க்கையை வாழ்வது மிகவும் கடினமானது.

காதல் என்பது பெரிய கறுப்பு இசைப்பெட்டி மாதிரி என்று ராசேல் சொன்னான். அதன்மேல் பாகத்தைத் தள்ளினால் மூன்று அடுக்குகள் இருக்கும். அது பம்பரம் போல. உலகில் உள்ள வண்ணங்கள் பல வேகமாகச் சுழன்றாலும் அது வெள்ளை நிறத்தில் கறங்கி ஓசை எழுப்புவது போல.

நாங்கள் 'சவுத் லூமிஸில்'வசித்த போது, ஓர் அற்பன் மாடியில் வசித்தான். அவன் பேசமாட்டான். வாயில் ஹார்மோனிகாவை வைத்து நடந்துகொண்டே இருப்பான். ஆனால் அவன் அதனை வாசித்ததில்லை. நாள் முழுக்க அதன் வழியே உள்ளும் புறமுமாக மூச்சு விடுவான்.

●

எட்கர் லாரென்ஸ் டாக்டரோவ் (1931)

யூத இனத்தைச் சார்ந்த இவர் நியூயார்க்கில் பிறந்தவர். கணிதப் படிப்பில் தேர்ந்த மாணவர்களைக் கொண்டிருந்த பிரான்க்ஸ் பள்ளியில் படித்துக்கொண்டிருந்தபோதே அவரது நாட்டம் இலக்கியத்தின்பால் சென்றது. அப்பள்ளி நடத்திவந்த இலக்கிய இதழான 'டைனமோ' வில் தொடர்ந்து எழுதிவந்தார். அவரது பிரிட்டீல் என்ற இவரது முதல் கதை அதில் வெளியாயிற்று. அமெரிக்கக் கவிஞரும், புதுவகைத் திறனாய்விற்கு அடிகோலிய ஒருவரான க்ரோவ் ரான்சம் இவரோடு படித்தவர். கல்லூரி நாடகத்தில் நடித்ததோடு நாடக ஆக்கங்களுக்கான பணியில் பெரிதும் ஈடுபாடு கொண்டிருந்தவர். தத்துவத்தில் தேர்ச்சி மிக்கவர். அமெரிக்க ஒன்றிய இராணுவத்திலும் பங்கேற்றவர். திரைப்படத் துறையில் பணியாற்றியவர். இவரது முதல் நாவல் மேற்கத்திய கலாச்சாரத்தை அடிப்படையாகக் கொண்டது. எள்ளல் சுவை பட எழுதப்பட்ட அந்நாவல் வெல்கம் டு ஹார்டு டைம்ஸ் என்பதாகும். புதிய அமெரிக்க நூலகம் என்ற வணிக இதழுக்கு ஆசிரியராக இருந்தவர். அணு இரகசியங்களை உருசியாவிற்குத் தெரியப்படுத்தியதான புனைகதை ஒன்றை தி புக் ஆஃப் டேனியல் என்னும் நாவலாக எழுதியவர். இந்நாவல் அவருக்குப் புகழ் ஈட்டித் தந்தது. தி கார்டியன், தி நியூயார்க் டைம்ஸ் ஆகிய இதழ்கள் புகழ்ந்து தள்ளியதோடு அமெரிக்க எழுத்தாளர்களிடையே இவர் முதல் தரமான எழுத்தாளர் என்று குறிப்பிட்டன. ரேக் டைம்ஸ், வேர்ட்ஸ் ஃபேர், பில்லி பேத்கேட், தி மார்ச், கிரியேஷனிஸ்ட் முதலிய படைப்புகளைப் படைத்தளித்தவர். தேசிய மனித நேய விருதினை 1998 இல் அமெரிக்க முன்னாள் அதிபர் கிளிண்டனிடமிருந்து பெற்றார். படைப்பிலக்கியத்திற்கான விருதுகள் பல பெற்றவர்.

திருட்டுக் குழந்தை

அவள் ஒரு விதமான சிறுபிள்ளைத்தனம் கொண்டவள். ஆனால் அன்பு வயப்பட்டவள். அதனை அறிந்த அவளது செயலுக்கு ஒப்புக்கொண்டேன். இது என் மனசாட்சிக்கு எதிரானதுதான் இயல்பாகவும், எளிதாகவும் வாழ்வது எனக்குப் பழக்கமாகிவிட்ட ஒன்று. அவளது இனிமையான சிரிப்பும், வெளிறிய கண்ணும்,எனது எண்ணத்தைத் தடுத்துவிட்டது. பிரௌன் நிற முடி கொண்ட அவள் எதற்கும் அலட்டிக் கொள்ளாத ஜன்மம். அவள் கடைக்குள் நுழைந்தால் பூட்ஸூ அணிந்துவருவதில்லை. நீண்ட பருத்தி ஆடை அணிந்திருந்தாள். ஒரு நாள் அவள் துணியில் சுருட்டி வைக்கப்பட்ட ஒன்றை என்னிடம் கொடுத்தாள்.

“இது உனக்கு எங்கே கிடைத்தது?”

“லெஸ்டர், இது நம்ம குழந்தை. ஒரு ஸ்பானிஷ் குழந்தை போல இருப்பதாலே இதுக்கு ஜேசுன்னு பேரு வைப்போம். இவன் கருப்பு நிறமா, மந்தமா இருப்பான் போலத் தோணுது. இடுப்பு மட்டும் உன்னாட்டம் ஒல்லியா இருக்கு”

குழந்தை கொஞ்ச நேரத்துக்கு முந்திதான் பிறந்திருக்கா. முகம் சிவப்பா இருக்கு. தலை வழவழன்னு எண்ணெய்ப் பூசினாப்போல இருக்கு. அதன் கருவிழி குறுகுறுன்னு பார்க்கத் துடிக்குது. மணிக்கட்டில் பிளாஸ்டிக் வளையம் மாட்டிருக்கு”

“அவனை நான் வச்சுக்க விரும்பலே. அவனைத் திரும்பக் கொண்டுபோய் விட்டுடு”

குழந்தையைக் கைகளால் ஆட்டியவாறே அவள் சொன்னாள் “ஒண்ணும் விவரம் தெரியாத ஆளா இருக்கீயே. இந்த அன்பான குழந்தை எனக்குச் சுமையா தெரியலே”

“இல்ல. கரேன். அவனை எந்த ஆஸ்பத்திரியிலே இருந்து திருடிக்கிட்டு வந்தியோ அங்கேயே கொண்டுபோய் விட்டுடு.”

“லெஸ்டர்!” “நான் அப்படிச்செய்யப் போறதில்லே. செய்யவும் மாட்டேன். இது புதுசா பொறந்த என்னோட குழந்தை. இந்தச் சின்ன பொருளை அவன் அம்மா விரும்புறா. அதனால அவனை உன்னோட மகனா உன்கிட்டே ஒப்படைக்கப் போறேன்”

என்னைப் பார்த்துப் புன்னகைத்தவாறே இதைச் சொன்னாள். அவளது கனவுலகச் சிரிப்பு அது.

அவள் தன் தோள்களை அங்கும் இங்குமாக அசைத்தபடி தாலாட்டுப்பாடினாள். அவளது சிறிய கைகள் சற்றே உயரமாய் அசைந்ததைக் கவனிக்கவில்லை. குழந்தையை மூடியிருந்த துணியில் பொட்டு அளவு ரத்தம் உறைந்திருப்பது தெரிந்தது. நான் கடிகாரத்தைப் பார்த்தேன். நடுப்பகலாகி இருந்தது. இந்நேரத்தில் கரேன் ‘நேச்சர்ஸ் பேஸ்கட்டில்’ பூக்களை அடுக்கி வைக்க வேண்டிய நேரம்.

என் படுக்கை அறைக்குச் சென்று ஜீன்ஸ்களையும்,, வேறொரு சட்டையையும் மாட்டிக் கொண்டேன். முடியை வாரிவிட்டு அடுக்களையிலிருந்து பீர் பாட்டிலைக் கொண்டுவந்தேன்.

கிரன்ஷா வரலாற்றுச் சிறப்பு மிக்க பகுதி. அங்கு இரு மருத்துவ மனைகள் உள்ளன. ஒன்று தனியாருடையது. மற்றொன்று கவுண்டி மருத்துவ மனை. இந்த இரு மருத்துவ மனைகளில் ஒன்றிலிருந்துதான் குழந்தையை அவள் எடுத்துவந்திருக்கவேண்டும். இந்த இரண்டில் ஒன்று ஓரளவு நல்லதாக இருந்திருக்கவேண்டும். ’ நேரா நான் போலீஸ் ஸடேசனுக்குப் போவுணும். ‘டுராங்கோ’

காரை ஓட்டிக்கிட்டுப் போவணும்’

ஏதையாவது அவள் செய்யாமல் இருப்பதற்குப் பதிலாக ஒரு முடிவுக்கு வந்தவனாய், மகிழ்ச்சியின் விளிம்பில் இருக்கும் அவளுக்கு அதிர்ச்சி வைத்தியம் தரவேண்டாம் என்று இருந்துவிட்டேன்.

“கரேன்!” குழந்தையை நீ திருடித் தூக்கி வந்தது தப்பு”

“இது ஏங் குழந்தை.” அதன் முகத்தைப்பார்த்துப் பேசினாள். “நான் சொல்லவந்தது இது நம்ப குழந்தைன்னு. லெஸ்டர், இது உன்னோடதும் என்னோடதும். கருத்தரிக்க நீதான் காரணமா இருந்தே!. நான் சுமந்தேன்”

நான் படுக்கைக்குப்போன பின், அவள் அங்கே உட்கார்ந்திருந்தாள். குழந்தையின் மணிக்கட்டு வளையத்தைப் பார்த்தேன். "பேபி வில்சன்" என்று சீட்டு எழுதப்பட்டிருந்தது.

"வில்சன் என்ற என் பேரோ, உன் பேரோ இல்லை" என்று அவளிடம் கூறினேன்.

"சின்ன தவறு நடந்திருக்கு. ஜேசு நம்ப குழந்தை. நமக்குக் கடவுள் கருணையால் வரமாக வந்த பிரிக்க முடியாத பந்தம்தான் இந்தக் குழந்தை. இது கடவுளோட ஆணை. இப்ப நாம பிரியவே கூடாது. நாம இப்ப ஒரு குடும்பம்."

வெளிறிய கண்களில் ஒளிபடர அவள் என்னைப் பார்த்தாள்.

ஜேசு குழந்தை அவளுடையதாக இருந்தால், அது அழுதுகொண்டு இருக்கும். தலையை இப்படியும் அப்படியும் அசைத்து வாயைத் திறந்தபடி இருக்கும். பிஞ்சுக்கைகள் நடுங்கிக்கொண்டிருக்கும்.

"முடிவா, அவள் என்னைத் தொல்லைக்கு உள்ளாக்குவான்னு தெரியும். எதையாச்சும் திருடிகிட்டு வந்து என்னிடம் தருவதை நான் பொருட்படுத்தாமல் இருந்திருக்கிறேன். அவையெல்லாம் சின்னச்,சின்ன விஷயங்கள். கவைக்கு உதவாதவை என்று தெரியும். பூப்பின்னல் இட்ட மெக்சிகன் நைட்ஷர்ட் 'எல்'வடிவிலான – என் எழுத்தைச் சுட்டும் வெள்ளிக் காசாலான 'கிளிப்' 'கொலம்பியா, தி ஜெம் ஆப் தி ஓஸன்' என்று பலரையும் கிறங்க வைக்கும் ஏசுவைப் பற்றிய பாடல் அடங்கிய பழங்காலத்திய இசைப்பெட்டி – இவையெல்லாம் தவறான வழியில் அவள் திருடி வந்தவை. இந்த வீட்டில் ஓரளவு நல்ல உணவு கிடைக்கக் கஷ்டப்படவேண்டியிருக்கிறது.

'பிளவுஸ்ஸை"த் திறந்து குழந்தைக்குப் பால் ஊட்ட நினைத்தாள். தாய்ப்பால் இல்லை.

அவள் அருகில் உட்கார்ந்து 'ரிமோட்டை' இயக்கி டி. வி போட்டேன். கார்ட்டூனை ஓடவிட்டேன். அதன் பிறகு பொம்மைக் காட்சிகள், அறவுரைகள், மற்றும் சில காட்சிகள் வந்து போயின. இறுதியில் உள்ளூர்ச்செய்தி வாசிப்பைக் கேட்டேன்.

இதுவரை இது போன்ற செய்தியினை அவர்கள் கேட்டதில்லை.

"கரேன்!' 'ப்ளூ பேர்ட்' வரைக்கும் போயிட்டு வர்றேன். அது மதிய உணவு நேரம். ரொம்ப பிஸியான நேரம். பிரெண்டா மகிழ்ச்சியாக இல்லை. என் கண்கள் அவளை நோக்கிய போது, சிகரெட்டை எடுத்தபடியே கதவின் பின்புறமாய்த்

திடீரென்று காட்சியளித்தாள். அவளிடம் என்ன ஆச்சுதுன்னு கேட்டேன். தலையை ஆட்டியவாறு அவள் நின்று அவனைக் கவனித்துக்கொண்டிருந்தாள்.

"லெஸ்டர்!" உன் மூளை உங்கிட்டதான் இருக்கு. அதன் வழி இயங்குறே! அப்படித்தான் எப்போதும் இப்படித்தான் இங்கேயே இருக்கணும்"என்றாள்.

"கடவுள் நிந்திப்பார். பிரெண்டா!" "நான் செஞ்சது நல்லது இல்லேன்னு உனக்குத் தெரியும். உன்கிட்டே இருந்து இப்ப நான் கேட்கப்போவது இதுதான்னு புரிஞ்சுதா?"

சிகரெட் புகைப்படலத்தின் ஊடே கண்களால் என்னைச் சிறகணித்துப் பார்த்தாள்.

இரண்டு பெண்கள் ஓரே மாதிரியாக இருக்கமுடியாது. பிரெண்டாவும், கரேனும் கூட அப்படித்தான். பிரெண்டா தைரியமானவள். 'ப்ளூபேர்ட்'அமைப்புக் குழுவுக்கா நிறத்தில் அவள் பெயரைப் பாக்கெட் அருகில் வைத்துத் தைத்திருந்தாள்.

"குழந்தையைக் கடத்துவது குற்றம்னு உனக்குத் தெரியாதா? அந்தக் குழந்தைக்கு ஏதாச்சும் ஆச்சுன்னா? நீங்க ரெண்டு பேரும். சும்மா தலையை ஆட்டதே. உங்க ரெண்டு பேரையும்தான் சொல்றேன். இந்த நிலைமையிலே அவுங்க எப்படி செய்யப்போறாங்கன்னு பார்ப்போம். மின்சாரம் இல்லேன்னா?. ஊசி எனக்கு நினைவில்லை. ஆலிஸின் அற்புத உலகத்தில் வர்றதுபோல! இது ஒண்ணுக்கும் உதவாத குப்பைத் தொட்டியிலேதான் முடியும். நீயும்தான் அதுக்கு உதவியாயிருந்து தூண்டியிருக்கே. குட் பை சார்லி".

'ப்ளூபேர்ட்' குப்பை நாற்றம் சகிக்காம, வெயிலில் வெளியே நின்னதால வயித்தைக் குமட்டவே வயித்துலே நோவு வந்ததுபோல நினைச்சேன்"

சிகரெட்டை விட்டெறிந்துவிட்டு என் கையைப் பிடித்து என்னை அழைத்துக்கொண்டு வெளியே வந்தாள்.

லெஸ்டர் நீ இப்ப செய்ய வேண்டியது 'க்மார்ட்' போய்க் குழந்தைக்கான சில பொருள்களை வாங்கறதுதான் முதல் வேலை. பிளாஸ்டிக் பாட்டில்கள் கிடைக்குது. அதுலே பால் ஊட்டலாம். குழந்தைத் துணி இப்ப 'வல்க்ரோ' வச்சு வந்துருக்கு. 'நைட்டி' இல்லேன்னா தலைக்குல்லா மூணு வாங்கிக்க" என்று சொல்லிவிட்டு வானத்தைப் பார்த்தாள். சூழ்நிலையைக் குளுமையாக்கிக் கொண்டாள். நீ என்னவெல்லாம் பார்க்குறியோ

அதையெல்லாம் குழந்தைக்கு வாங்கிடு. பயனுள்ளதா இருக்கும். சொல்றது புரிஞ்சுதா?"

தலையை ஆட்டினேன்.

"அந்தக் குழந்தையைச் சாகடிச்சுடாதே. பத்திரமா, சரியா அதனோட பெற்றோர்க்கிட்டே சேர்த்திடு. நீ செஞ்சுடுவே. கவிதை எழுதுற உன் காதலி 'ராப்' இசையிலே மூழ்கிக் கிடப்பா. நான் சொல்றதைக் கேட்டுக்கிறியா?"

"லெஸ்டர், நீ நல்ல முடிவுக்கு வந்திருப்பதை, இன்னிக்கு ராத்திரியில் நான் டி. வி யில் பார்க்கலேன்னா தனிப்பட்ட முறையில் நானே போலீசைக் கூப்பிடுவேன், தெரிஞ்சுதா?"

"நல்லது, பிரெண்டா"

படீரென்று கதவைச் சாத்தினாள். 'இனிமே எப்போதும் என்னைப் பார்க்க நினைக்காதே, லெஸ்டர், நீ ஒரு மூடன்" என்றாள்.

அந்தக் குழந்தையைக் காப்பாற்றுவதிலே தீவிரம் காட்டினேன். பிரெண்டா சொன்ன அறிவுரைப்படி உணவு, சுத்தம் இவற்றில் கவனம் செலுத்தினேன். இப்ப வீடு அமைதியா இருக்கு. கரேனை எச்சரிக்கை செய்ய விரும்பலே. அதே சமயம், அவளை ஒத்துமையா நடத்துவேன்.

கடையிலே இருந்து திரும்பி வந்தேன். குழந்தைக்குப் பராமரிப்பு அவசியம் என்பதை உணர்ந்து செயல்பட்டாள். அதை நினைச்சுப் பெருமைப்பட்டேன். என்னைத் தழுவிக்கொண்டாள். உண்மையிலேயே நம்ம குழந்தைதான் என்று சொல்லி அவளது குழப்பத்தை ஒருவாறு தீர்த்துவைக்க உதவினேன். குழந்தைங்கிறது மகிழ்ச்சி அல்லவா? கரேன் சொன்னாள், "அவனுக்கு எப்படி நம்மைத் தெரியும். எப்படி அடையாளம் காண்பான். அவன் முகத்தைப் பாருங்களேன். கொள்ளை அழகு. இது போன்ற அழகை இதுவரை நான் பார்த்ததே இல்லை."

சூழ்நிலை அமைதியாய் இருந்தது. கரேனும் வில்சனும் அயர்ந்து தூங்கிக்கொண்டிருந்தனர். எதையாச்சும் செய்யவேண்டிய நேரம் அது. ஐந்து மணி செய்தியைக் கேட்க டி. வி ஐப் போட்டேன்.

"கிரென்ஷா" வின் போலீசு கமிஷ்னர் நகர் முழுவதையும் காவலர்களை முடுக்கிவிட்டிருக்கிறார். குழந்தை கடத்துபவர்களைத் தேடும் பணிக்கு ஆணை பிறப்பிக்கப்பட்டிருக்கிறது". – செய்தி டி. வி. யில் வாசிக்கப்பட்டது.

“கரேன்! நீ ஒண்ணும் கவலைப்படாதே. நாம ஒண்ணும் குழந்தையைக் கடத்துறவங்க இல்லே”

ஒருத்தியை அவர்கள் விசாரிக்கவேண்டியிருந்தது. வயது இருபது. வெள்ளை நிறம். ஆறு அங்குலம். மெல்லிய உருவம். பிரௌன் தலைமுடி. அவள் ஒரு கொத்து மலர்ச்செண்டைக் கொண்டு வந்திருந்தாள். ஒரு நர்ஸ் அவளை அணுக அவள் மிஸேர்ஸ் வில்சனின் தோழியாக இருக்கும் என நினைத்தாள். அவள்தான் கிரேன்? கமிஷ்னருக்குப் பின்னால் கவலையுடன் மருத்துவ மனை அதிகாரிகள் நின்றிருந்தனர். நர்ஸைக் கேள்வி கேட்டார்கள். கண்ணீருடன் முதுகைத் திருப்பிக்கொண்டு பூக்குவளையைப் பார்த்தபடி பேசினாள்.

மைக்ரோபோனில் டாக்டர் பேசினார். “அந்தக் குழந்தையை யாராவது வைத்திருந்தால் அதன் கொப்பூழ்க் கொடியில் ஒரு திறந்த புண் இருக்கும். அந்தக் குழந்தையைப் பராமரிக்கவேண்டும். சுத்தமாக வைத்து, நச்சுக்கொல்லிகள் தாக்காதவாறு புது பேண்டேஜ் மாற்றவேண்டும்.”

எனக்கு அது தெரியும். அடுத்த நாளே அந்தக் குழந்தையைப் பராமரிக்கத் தொடங்கினேன். ஒரு முறை என் நெத்தியிலே காயம் பட்டப்ப, கையைச் சுத்தமா கழுவிட்டு ‘பாலிஸ்போரினை’த் தடவினேன். அந்த அளவுக்கு மூளை இல்லாதவ நான் இல்லே. குழந்தையின் காயம் ஆறிப் போற வரைக்கும் பஞ்சால தொடச்சுதான் அதெ குளிப்பாட்டணும்னு டாக்டர் பேசினார்.

“மீட்புக் குறிப்பு பெறப்பட்டதா” நிருபர் கேட்டார். அப்படிக் கேட்டது என் கோபத்தை அதிகமாக்கியது. முட்டாள்னு சொன்னேன். எங்களை என்ன நினைச்சிகிட்டு இருக்கே”

மீட்புக் குறிப்பை இதுவரையில் பெறவில்லை – கமிஷ்னர் சொன்னார். இதுவரை என்று அவர் அழுத்தமாய்ச் சொன்னது இன்னும் என் கோபத்தை அதிகமாக்கியது.

நாங்கள் வேலை செய்யும் இடத்திற்குத் திரும்பினோம். பிடித்தமான செய்தி நங்கூரமிட்டிருந்தது. தாயாயிருந்த மிஸேர்ஸ் வில்சன் அப்படி ஒன்றும் பணக்காரர் இல்லை. எல்லோரையும் போலவே உழைச்சுச் சாப்பிடுறவரு.

பரபரப்போடு கரேனை எழுப்பவேண்டியதாயிற்று. மூட்டை முடிச்சுகளை ‘டுராங்கோ காரில்’ ஏற்றியாகிவிட்டது. “லெஸ்டர் என்னதான் இருந்தாலும் ஏன் இப்படிச் செய்யறே?” கரேன்

சொன்னாள். இன்னும் அவள் அரைகுறையான தூக்கத்தில்தான் இருந்தாள். நாம இப்ப எங்கே போறோம்? குழந்தையை அவள் கைகளில் கொடுக்கும் வரை அவள் மிகவும் கலவரமாகவே காணப்பட்டாள். வீட்டுக்குள் ஓடிப்போய்த் துணிமணிகளை எடுத்து வந்தேன். விளக்கை அணைத்துவிட்டுப் பூட்டுவதற்காக மறுபடியும் வீட்டுக்குப் போனேன்.

காட்டு வழியே தெரு முனைக்கு வந்துட்டோம். அந்த இடம் சுத்தமா இல்லே. இரண்டு பக்கமும் சந்து. வண்டியை நிறுத்தினேன். அங்கிருந்து ஒரு மைல் தூரத்தில் இணைப்புச் சாலை ஒன்று இருந்தது. கிழக்குப் பக்கமாய் உள்ள நவேடாவுக்குச் செல்லலாம் என எண்ணினேன். அங்குச் செல்லும் திட்டம் ஏதும் இல்லை. நகரை விட்டு வெளியேறுவதற்குப் பாதுகாப்பான இடம் என்று நினைத்து அவ்வாறு செய்தேன். போலீஸ் கார் எந்தச் சமயத்திலும் வரலாம் என்பதைக் காரின் பின்புறக் கண்ணாடி காட்டும்.

நான் பிரெண்டாவைப் பற்றிக் கொஞ்சமும் கவலைப் படவில்லை. அவள் எந்த ஒன்றையும் ஒருமுறைக்கு இருமுறை யோசித்துவிட்டுத்தான் அச்செயலில் இறங்குவாள். போலீஸ் சுறுசுறுப்பாகத் தேடினார்களேயானால், அவர்கள் நகரில் உள்ள ஒவ்வொரு பூ விற்பவர்களிடம் கேட்டால் –வயது இருபத்தாறு. கரேன் ரோபிலியாக்ஸ் என்பவள், வரவில்லைன்னு சொல்லிடுவாங்க. என்னைப் பொறுத்தவரை வாய்ப்புகள் அவர்கள் நினைத்தபடி அமையாது என்று நினைக்கிறேன். துப்பறியும் குழு இந்த வழக்கை எடுத்து விசாரிக்கும். வாய்ப்பு அறுபதுக்கு நாற்பது என்ற விகிதத்தில் அமையலாம். கரேனின் அடையாளச் சீட்டை வைத்துக்கொண்டு பார்த்தால் கூடக் குழந்தையை ஒப்படைப்பது என்பது மிகக் காலதாமதமாகிவிட்டது. ஒரு சமயம் நாங்களே முன் வந்து அவர்களிடம் குழந்தையை ஒப்படைத்திருந்தோமானால் விசாரணையும் கூட எளிமையாய்ப் போயிருக்கும். இப்படிக் கதவைத் தட்டியபடி வந்தால் ஒரு கஷ்டமான சூழ்நிலை ஏற்பட்டிருக்காது.

அங்கிருந்து புறப்பட்டோம்

வீட்டை விட்டு வெளியே ஓடி வந்த போது, அவளது தோள்பையை எடுத்துவந்திருந்தேன். அதைப் பார்த்தால் நிச்சயமா இந்தியத் தயாரிப்பா தெரிஞ்சுது. பின்னப்பட்டுக் கோடுகள் கொண்டாதாய் ஒரு பூகோள வரைபடம் போல இருந்தது. மணல் துரு, தண்ணீர் கலந்த நிறத்தில் உருவாக்கப்பட்டிருந்தது. பெண்கள் பொதுவாகப் பைகளில் என்னென்ன வைத்திருப்பார்களோ

அவையெல்லாம் அதில் இல்லை. உதட்டுச் சாயம்,பவுடர், கொண்டை, முடிச்சுப் பட்டை போன்றவை இல்லை. உலர்ந்து காய்ந்துபோன சிறிய பூக்கள், 'க்ளினெக்ஸ் பாக்கெட்', வீட்டுச்சாவி, 'இண்டர் கேலக்டிக்' பற்றிய பேப்பர் பேக் புத்தகம், உலக அமைதியை வலியுறுத்தும் ஐக்கிய நாடுகள் வெளியிட்டிருக்கும் உலக நாகரிகம் குறித்த ஒரு கட்டுரைப் புத்தகம் அவற்றையெல்லாம் என்னோடு பரிமாறி இருந்தாள். அவளும் 'எர்த் ரெப்செண்டேடிவ் கவுன்சில்' குழுவில் இடம் பெற எண்ணி இருந்தாள். மடிந்து கசங்கிப் போயிருந்த டாலர் ரசீது இரண்டு, கொஞ்சம் சில்லறை இவைதாம் அவளது பையில் இருந்த உடைமைகள்.

"கரேன்! பணம் உன்கிட்ட இருக்கா? இந்த வாரம் எல்லாத்துக்கும் நீயே கொடுத்திடு"

"ஓ!மறந்தே போயிட்டேன் லெஸ்டர்." உடையில் வைத்திருந்த சம்பளப்பணத்தை எடுத்து என்னிடம் தந்தாள். பணப்பையைத் திறந்து பார்த்தேன். டாலர்கள் நூறும் இருபதுமாய் இருந்தன. ரொம்பவும் இல்லே. அவள் கொடுத்த பணத்திலதான் கேஸ், உணவுப் பொருள், இரவில் தங்க உணவு விடுதி இவற்றைச் சமாளிக்க வேண்டும்.

இரண்டு மணிநேரம் சாலையில் அமைதியாய்ப் போய்க் கொண்டிருந்தேன். நான் கரேனால் பைத்தியமாக்கப்பட வில்லை. என்று எனக்குத் தோன்றியது. அவளது மனநிலையை எண்ணிப்பார்க்கிற போது அவள் சும்மா இருப்பதையறிந்து திட்டியிருக்கிறேன். ஆனா, அவள் என்னை அதிகமா நம்பிக்கிட்டிருக்கா. குழந்தை வில்சனோடு சாலையைப் பார்த்தபடி என் அருகில் இருக்கிறாள். எங்கே போறோம்னு அவளும் கேட்கலே. நானும் சொல்லலே. கார் போய்க்கிட்டிருக்கு. குழந்தை அவளது கைகளில் மௌனமாய் இருந்தான். சொந்த உடைமையை எண்ணிப் பெருமை கொள்வது போல இருந்துச்சு. அது புத்துணர்ச்சியா இருந்துச்சு. சக்கரத்தின் அடியில் உறங்குவதாய்க் கற்பனை செய்துகொண்டேன். ஓ! கடவுளே! என்று சொல்லிக்கொண்டே சீக்கிரமாக எழுந்துகொண்டேன்.

இருட்டாகிக் கொண்டு வந்தது. இடம் பாலைவனமாக இருந்தது. சாலை தட்டையாக இருந்துச்சு. பாதை நேராகச் சென்றது. பாதை நேராகச்சென்றது. கதவைத் திறந்து விண்மீன்களைப் பார்த்தாள் கரேன். குழந்தை வில்சன் முகத்தில் குளிர்க்காற்று வீசிவிடக்கூடாது என்பதற்காக இருக்கையில் இருந்து தேடி எடுத்த ஆடையை அவளிடம் தந்து குழந்தையின் தலையைச் சுற்றி

மூடச்சொன்னேன். குழந்தைகளுக்கு முதல் மூன்று மாதங்களில் நோய் வராது என்றும், தொற்றுக் கிருமியோ அல்லது வேறு எதுவோ அண்டாது என்றும் கரேன் சொன்னாள். அந்த மூன்று மாதங்களும் கடவுளின் கருணையால் குழந்தைக்குக் கிடைத்த ஆயுள் காப்பீடு, லெஸ்டர் இதெல்லாம். தெரியுமா உனக்கு?

நான் கேட்டதன் பேரில் அவள் இதனைச் சொன்னாள். நள்ளிரவில் டாப்பிள் நகரில் உள்ள நவேடா உணவு விடுதிக்கு நுழைந்தோம்.

ஹாம்பர் ஜெர் சாப்பாடு, பிரெஞ் ஃப்ரை, சிக்கன், மில்க் ஷேக் இவை எனக்கு. கரேனுக்குக் காய்கறி சாலெட் மட்டும் தண்ணீரைத் தவிர அவள் வேறு எதையும் குடிக்கமாட்டாள். அந்தக் குழந்தைக்குப் பாலூட்டுவதற்காக அவளை உட்கார வைத்துவிட்டுப் படுக்கையை விட்டு வெளியே வந்தேன். சிகரெட் புகைத்து விட்டுத் திரும்பினேன்.

டாப்பிள் நகரம் எனக்கு ஏற்கெனவே அறிமுகமானதுதான். கனவில் மட்டுமே இருக்கிற ஒரு நகரம் அது. எப்படிப்பட்ட இரயில் பாதை. எங்கேயும் கார் விற்பனையாளர்கள். அதைத் தவிர அங்கு வேறொன்றுமில்லை. இரவு வானம் சுடர் விடுவதை அங்குப் பார்க்கலாம்.

'போர்ட்னேட்டோ"பற்றிய எண்ணம் வந்தது. அது ஒரு விளையாட்டுக் களம். சூதாட்டக் களம் என்றும் சொல்லலாம். கறுப்பு 'டை'யும், வெளூர் களுப்பு நிறத்தில் மேல்சட்டையும் அணிந்து ஒரே மாதிரியாக இருந்தார்கள். மணி அடித்தது. 'காரொக்' கருவியின் உதவியோடு சிலர் பாடிக்கொண்டிருந்தனர். சூதாட்ட ஆட்டத்தில் தோற்றவர்கள் வழக்கமான உரத்த குரலில் கத்திக் கொண்டிருந்தனர். அது மட்டரகமான மனிதர்களைக் கொண்டிருக்கும் இடம். அது ஒரு வகையில் பழைய சுவடுகள் மாறாத மது வனம். குதிரைக்கொட்டில் அல்லது மாட்டுத் தொழுவம் இருந்த இடம் போன்று அங்கு நாற்றம் அங்கே அடித்தது.

ஆண்களின் அறையில் உள்ள இடம் காய்ந்து போயிருந்தது. சிலர் குடித்துவிட்டு அந்த இடத்தை ஈரப்படுத்தியிருந்தார்கள். நான் கவனமாய்த் தலைவாரிக் கொண்டிருந்தேன். ஐந்து டாலர் வைத்து விளையாடும் மேசையில் போய் அமர்ந்தேன். ஐம்பது டாலர் கடனாக வாங்கி விளையாடினேன். அழகி ஒருத்தியும் அவள் பின்னால் ஓர் ஆளும் இருந்தனர். எனது சிஸ்டம் சரிவர

சீட்டுக்களை எண்ணவில்லை. அந்த ஆள் அந்த இடத்தை விட்டு நகர்ந்தபோது அவள் பொருட்டு இரட்டிப்பாகப் பணயம் வைக்க எனக்குக் கொடுக்கப்பட்ட சில்லைப் பயன்படுத்தினேன். அவள் என்னைப் பார்க்காவிட்டாலும் தலையை ஆட்டியபடி தனக்குள் சிரித்தாள். சிறிய அழகான இதழ்கள். எங்களுக்குள் அது ஒரு இரக்கத்தை ஏற்படுத்தியது. சீட்டாடத்தால் விளையும் காதல் பிணக்கு போலத்தான் அது. ஏமாற்று விளையாட்டாக எடுத்துக்கொள்ளவில்லை. அரை மணி முடிந்ததும் விளையாட்டுக் காயை அவளது பருத்திருந்த கைகளால் உருட்டி விட்டாள். அதனைப் பிடித்தேன். வேடிக்கையாக இருந்தது. எங்கள் விளையாட்டை அதுவே தடைப்படுத்துவதாகவும் இருந்தது. நான் இருபது டாலரை அவளுக்காக இழந்து, ஒட்டுமொத்தமாக நூத்தியிருபத்தைந்து டாலரைப் பெற்றேன்.

மெக்ஸிக்கோ பகுதியில் உள்ள நகர் கொஞ்ச தூரம்தான். வண்டியைக் கொஞ்ச தூரம் ஓட்டினாலே ஊர் வந்துவிடும். இருட்டாக இருந்தது. எங்கும் ஒரே அமைதி. விளக்குகளும் அதிகமாக இல்லை. கட்டுப்பாட்டுக் கோட்டுக்குள் வண்டியை நிறுத்தினேன். சன்னலை இழுத்து மூடிவிட்டு உட்கார்ந்து தூங்கினேன். திடீரென்று சிறிது நேரத்திற்குள் ஒரு சிறுவன் வந்தான். அவனுக்கு வயது பதிமூன்று அல்லது பதினான்கு இருக்கலாம். அதுக்கு மேலே இருக்கமுடியாது. ஓரக்கண்ணால். நோக்கினான். நான் என்ன வாங்கினேன் என்பதை அவனிடம் சொல்லும் முன்பே கார் அருகில் போய் நின்றுகொண்டு கலிஃபோர்னியா நம்பர் பிளேட்டை நோட்டம் விட்டான். ஓர் மூலைக்குச் சென்றான். சில மணித்துளிகளுக்குப் பிறகு, எனது அருகே ஒரு பெண் நிற்பதைப் பார்த்தேன். அவனுடைய அம்மாவாக இருக்க வேண்டும். பருத்த உருவம். அகன்ற அழகிய முகம். கறுப்பு நிறத்தில் இறுக்க மான ஆடை அணிந்திருந்தாள். களைப்பும் தளர்ச்சியுமாய்க் காணப்பட்டாள். சிப்பம் ஆறுக்கு ஒன்றரை டாலர் கேட்டாள். அது ஒரு வகையில் மலிவுதான். என்றாலும் பெருந்தன்மையோடு என்னிடம் செலவழிக்க ஒன்னேகால் டாலர்தான் இருக்கு என்று சொன்னதும், ஸ்பானிய மொழியில் அவள் வெறுப்போடு ஏதோ சொல்லிக்கொண்டாள். இருந்தாலும் தலையை ஆட்டி நான் சொன்னதற்கு ஒத்துக் கொண்டாள். ரெண்டு விசா கார்டு, இரண்டு மாஸ்டர் கார்டு, இரண்டு அமெக்ஸிஸ் கார்டு அவற்றில் ஒன்று கோல்டு இவற்றோடு அந்த இடத்தை விட்டுக் கிளம்பினேன்.

சரியான முடிவை எடுக்கத்தெரியாமல் இருந்தால் என்ன பிரயோசனம்? அந்த நேரத்தில் எனக்கு நானே பெருமைப்பட்டுக்கொண்டு பயண விடுதிக்குத் திரும்பினேன். கரேன், குழந்தையை அணைத்தபடியே தூங்கினாள். அவளது 'ஷிப்ட்டு' முடிந்தது. அவள் ஒரு புதிராகத்தான் இருந்தாள். பார்ப்பதற்கு ஒரு சூனியக்காரி போலத் தோன்றினாள். மெல்லிய இளந்தண்டு கால்களும், ஒப்பனை செய்யப்பட்டுப் பிறை வடிவமாக இருந்த பின்புறமும் பார்ப்போரை ஈர்க்கும்படி இருந்தன. நான் மிகவும் களைப்பாக இருந்தபடியால் நாளை காலை வரை அங்கே இருப்பதென முடிவெடுத்தேன். ஓட்டுநர் உரிமத்தை வைத்திருக்கிறேனா என்பதை உறுதி செய்துகொண்டேன். என் கையெழுத்தையும் எழுதிப் பார்த்துக்கொண்டேன். இந்நகரம் எப்படிப்பட்டதாக இருந்தது என்பதை வியப்போடு எண்ணி அங்கிருந்த மற்றொரு படுக்கையில் உறங்கப்போனேன்.

என்னதான் அசட்டுத்தனமான சூழ்நிலையில் இருந்தாலும், உண்மையில் மிக பயங்கரமான சிக்கலில் இருந்து இன்னும் விடுபட்டபாடில்லை. கரேன் அந்தக் குழந்தையிடம் முன்னை விட ஆசையை அதிகமாக வளர்த்துக்கொண்டே பின், நான் எப்படித் தப்புவது? கரேனை எப்படி யு. எஸ் வழக்கு மன்றத்திலிருந்து காப்பாற்றுவது? அவளைப் பற்றிப் பத்திரிகையில் செய்திகள் வெளிவந்தால், அதனை எப்படிச் சமாளிப்பது?

அடுத்த நாள் காலையில், கரேன் எனக்கென்று ஒதுக்கக் கூட அவளுக்கு நேரம் இல்லை. அந்தக் குழந்தையிடம் அப்படி ஒரு வாஞ்சை. அவளுக்கு ஜேசுவே எல்லாமுமாய்! அவன் மீதே அன்பையும் பாசத்தையும் பொழிந்தாள். அந்தக் குழந்தையிடம் அன்பைச் சுரந்தாள். என் பக்கம் திரும்பிப் பார்க்கவே இல்லை. எனக்குத் தேவையானவற்றை அனுப்பினாளே ஒழிய, என் உணர்ச்சிகளுக்கு மதிப்புக் கொடுத்ததாகத் தெரியவில்லை. குழந்தையை அவளே பெற்றெடுத்தது போல் தன்னைப் பாவித்துக்கொண்டாள். அவளது உடல் மெலிந்திருந்தது. குழந்தையிடம் அவள் காட்டிவரும் அன்பை, பாசத்தை எனக்கு உணர்த்துவது போல அவளது செய்கை இருந்தது.

இதே பெண்பல சமயங்களில் எப்படிப் புதுப்புதுக்கோலம் கொள்கிறாள்? அது எனக்கு வியப்பளித்தது. என்மேல் காதல் கொண்ட சமயம்! இல்லினாயிசில் என் அம்மாவின் பிறந்த நாளுக்ககாக அவள் மலர்ச்செண்டு அனுப்பியபோது 'நேச்சர்ஸ் பேஸ்கட்டில்' அவளது முதற்பார்வையில் பட்டேன். அது முதலாக

அவள் காதல் பைத்தியமானாள். அங்குதான் இந்த அழகானவள் நீண்ட ஆடை அணிந்துகொண்டு வெறுங்கால்களோடு நின்றிருந்தாள். குளிர்ப் பதத்தோடு கூடிய மண்வாசனையில் எழுந்துவந்தாள். பூ விற்பவளாக! முடியைக் காதின் பின்புறத்தில் ஒதுக்கியவாறே மௌனமாய் என்னைப் பார்த்தாள்.

எனக்கு இனிப்பும் காப்பியும் வாங்கிக்கொண்டேன். கரேனுக்கு யோகர்ட் மற்றும் மருந்துப் பொருளும் வாங்கினேன். டாப்பிள் நகரில் மழை பெய்யத்தொடங்கியது. இடியும் மின்னலுமாய்! வசந்த காலத்தில் வேண்டப் படாத பெருமழை! அவள் என்ன செய்வாள்? குழந்தை வில்சனைத் தூக்கிக் கொண்டு 'டேஸ் இன்'னுக்குப் பின்னால் உள்ள வெளிப்பக்கமாய்க் குழந்தையை அணைத்தவாறே சிரித்தபடி மேட்டுப்பகுதியில் மெல்ல ஏறி வறட்சியான பகுதியில் படர்ந்திருக்கும் புழுதி மண்பட நடந்தாள். நான் சொல்லியும் கேளாமல் மழையில் நனைந்தாள். நான் விரைந்து சென்று அவளை இழுத்து உள்பக்கமாய்த் தள்ளியபோது என்னைத் தள்ளலானாள். மழை திடீரென்று நிற்கவே, இப்பபோதுதான் மழைத்துளி பட்டதுபோல, கரேன் நனைந்த தலையோடு நின்றிருந்தாள். குழந்தையைப் பார்த்தபடி, "என் அன்பே, உன்னையும் என்னையும் கடவுள் எப்படி அலைக்கழிக்கிறான் பாரேன்' என்று கூறினாள். 'லெஸ்டர், மழை நீர் எப்படி ஓடையாகி ஓடிச்செல்லும்வரை காத்திருப்போம் நாம் தப்பிச்செல்ல! நீ பார்த்துக் கொண்டிருக்கும் பாலை வனத்தின் மாயாஜாலத்தைக் கண்களால் கூர்ந்து கவனி!"

அந்தக் கொஞ்ச மழையிலேயே பாலைவனப்பூக்கள் பூப்பதற்கு அவசரப்படுவதைத்தான் அவள் சுட்டிக்காட்டி அவ்வாறு சொன்னாள். நீலம், மஞ்சள், வெள்ளைப் பூந்துணர்களும் , இதழ்களுமாய், சின்னச்சின்னப் பூக்களும் கீழ்நோக்கிய சரிவுகளில் பூத்தன. தூரமாகப் பூக்காமல் அருகருகே நெருக்கமாய்ப் பூத்திருந்தன. மரங்கள் மலர்ந்து விரிவதைப் பார்க்க இயலாது. முன்னமே மலர்ந்துவிட்டன போன்ற உணர்வை உண்டாக்கின. அந்தக் காட்சி பார்ப்பதற்கு அழகானதாய் இருந்தது.

குழந்தை அக்காட்சியைப் பார்க்க இயலாது. அவளது கைகளில் இருந்தபடி கூர்ந்து பார்ப்பதுபோல் இருந்தது. குடையைப் பிடிப்பதுபோன்று கைகளால் அதன் தலையைப் பிடித்திருந்தாள். நான் அவர்களிடையே உண்மையான அன்புப்பறிமாற்றம் இருப்பதாக வேடிக்கையாய் உணர்ந்தேன். அந்தப் பேதைப் பெண்ணும் பிறந்து இரண்டு மூன்று நாள்களே

ஆன திருடி வரப்பட்ட அந்தக் குழந்தையும் 'டேஸ் இன்' னுக்குப் பின்னால் மலர்கள் பூத்திருந்த பாலைவனத்தைவிட்டு வெளியே தலைக்காட்டினார்கள்.

நான் அவர்களை அங்கேயே விட்டுவிட்டு, கார் சாவியை எடுத்துக்கொண்டு காரை நிறுத்தும் இடத்திற்குக் கொண்டுவந்து நிறுத்தினேன். டாப்பிள் நகரைவிட்டுச் சீக்கிரம் கிளம்புவது நல்லது என்று நினைத்தேன். ஓரிடத்திலிருந்து நகர்ந்துகொண்டே இருப்பது என்பது என் கொள்கையாகிப்போனது. இங்கேயே இருந்தால் இன்னொரு நாள் விடுதிக்கு வாடகை தர மனம் ஒப்பவில்லை.

'டுராங்கோ' கார் எங்கள் பெயரில் பதிவாகி இருந்தது. அதை வாங்கியது என்னவோ கரேன் சம்பாதித்துச் சேமித்து வைத்திருந்த பணத்தில்தான். அதை வாங்க நான்தான் காரணம். அந்த வண்டி ஏற்கெனவே நாங்கள் வாங்கும்போதே பயன்படுத்தப்பட்ட வண்டிதான். நல்ல நிலையில் இருந்த வண்டிதான். ஐம்பதாயிரம் மைல்தான் ஓடியிருந்தது. அதுக்குமேல் இருபது மைல்கள் ஓட்டிடுருப்பேன். காரின் முன்பக்க டயர்கள் புதுசு. மெக்கானிக்கிடம் பேரம் பேசி வாங்கினேன். 750 டாலர் கேட்டான். 600 கொடுத்தேன். அவன் குள்ளமாக, குண்டாக இருந்தான். 'டை' அணிந்துகொண்டு வெள்ளைநிற ஆடையில் இருந்தான். பார்ப்பதற்கு ஒரு திருடனைப்போல் இருந்தான். கார் பிளேட்டை கழட்டி என்னிடம் ஒப்படைக்கும் போது கேள்வி எதுவும் அவன் அதிகமா கேட்கலே.

கார் வாடகைக்கு விடப்படும் சவுத் வெஸ்ட் வரை அவனுடைய மெகானிக் ஒருவன், ஒரு மைல் தூரம் என்னை வைத்து ஓட்டிக் காண்பித்தான். எனது வின்ஸ்டர் வேனை காப்பீட்டிற்காக 'அமெக்ஸ் கோல்டு' அட்டையைப் பயன்படுத்தினேன்.

புதிதான பளபளவென்று இருந்த காரில் போன்றிருந்ததையும் குழந்தையையும் மேற்கு நோக்கிக் கலிஃபோர்னியாவுக்கு அனுப்பிவைத்தேன். எனக்கு என்ன செய்வதென்றே தெரியவில்லை. நாங்கள் வீட்டு வண்டியில் ஒளிந்திருந்தோம். புதிதாக வாங்கிய காரில் இருந்த மெத்தையை மெல்லத் தடவிப் பார்த்தாள். ஒவ்வொரு இருக்கையிலும் குடிப்பதற்கு வசதியாக இடம் இருந்ததைக் கண்டு வியந்து போனாள். மறுப்புச் சொல்லாமல் வின்ஸ்டர் காரை ஏற்றுக் கொண்டாள். என் எண்ணங்கள் மாறி இருந்தன. என் பையில் பணம் இருந்தது. மனத்தில் ஒரு பெருமிதம். காரணம், கரேனுக்கு அந்தக் கார் பிடித்திருந்தது. மிகவும் பிரபலமான

'ஸ்வீட் ட்ரீம் ஆஃப் யூ' என்ற பாடல் வானொலியில் இருந்து கேட்டது. கள்ளத்தனமான சிரிப்பினை அவள் உதிர்த்தாள். பார்வையால் வசியம் செய்தாள். அது என்னை ஏதோ ஒரு எதிரான சந்துப்பாதையில் கொண்டுவிட்டது. அப்போது நாங்கள் பணியாரத்தைத் தின்றபடி பாடினோம். "உன்னைப் பற்றிய கனவு காண்பதை விட்டு இரவு முழுவதும் வெறுக்கவே செய்தேன் என்பதை அறிவேன்' என்ற கருத்தமைந்த பாட்டு அது.

இந்தக் கணநேரம் வரை எந்த எண்ணமும் தோணாதிருப்பதை நான் ஒத்துக்கொள்கிறேன். நான் யோசித்தேன். பொழுதை வீணாகக்கழித்தோமே என்று. அவளது அசட்டுத்தனத்தைப் பயன்படுத்திக்கொள்ள வில்லையே என்று கூட நினைத்தேன். ஏன் கூடாது? குழந்தை வில்சன் ஒரு மாதிரி குணம் கொண்டவன் என்பதை நானும் ஒத்துக்கொள்கிறேன். தான் காணும் புதிய உலகம் ஒரு போக்காக– தெளிவற்றுத் தோன்றுகிறதே என்று எண்ணிப் பார்க்கும்போது அவன் அழத் தொடங்கினான். அவன் என்னைப் பார்க்கும்போது நான் சிரிப்பதாய்ச் சொன்னாள் கிரேன். உண்மையில் எனக்கு இலேசான சீரணக்கோளாறு. அவன் சிரித்ததாகச் சொன்னபோது, பதிலுக்கு நான் சிரிக்காமல் இருந்ததற்கு அக்கோளாறு காரணமாக இருக்கலாம். அவளோ திடீர் அம்மா ஆனவள். அந்தக் குழந்தைக்கு அம்மா ஆனதும் இயல்பாகத் தாய்மை உணர்ச்சி வந்துவிட்டது போல. மற்ற அம்மாக்களைப் போல அவளும் காணப்பட்டாள். தாய்மைக்குரிய ஹார்மோன்கள் அவளுக்குள் இயங்கின. மருத்துவ மனையில் இருந்து வெளியே வந்தாள். எவளோ ஒருத்தி பெற்ற குழந்தையைக் கையில் அணைத்தபடி வருவதுபோல வந்தாள்.

மிஸ்டர் வில்சன் ஒரு அக்கவுண்டெண்ட் என்பதை மட்டுமே அறிவேனே தவிர, அவரைப் பற்றிய மற்றச் செய்திகள் எனக்குத் தெரியாது. இந்தக் குழந்தையின் இந்தச் சூழலை அவர் முன்னமே அறிந்து கொண்டவராயும் அவர் இருக்கமுடியாது. ஒரு வாரம்கூட ஆகவில்லை. இரண்டு மாநிலங்கள் கடந்து வந்து. பாலை வனத்தில் அரிதாகப் பெய்தது. வேறு அதிகம் பேர் இல்லாத அந்த இடத்தில் பார்த்திருக்கலாம். அவன் அம்மா ஒரு சிறிய நீலமலரைப் பறித்து அதன் காம்பை அவனது சின்னஞ்சிறிய கையில் வைத்தாள். அவனது விரல்கள் வளைத்துப் பிடித்தன. இன்னும் அதனை விடாது பற்றிக் கொண்டான். கலிஃபோர்னியா நோக்கிச் சென்றுகொண்டிருந்தபோது காரில் நன்றாக அவன் தூங்கிக் கொண்டு வந்தான்.

நாங்கள் சென்ற பாதையில் சூரிய ஒளி பட்டுச் சாலையை பொன்னொளி ஆக்கியிருந்தது. என் வாழ்க்கைப் பாதையிலும் புத்தொளி வீசுவதாக அது எனக்குப் பட்டது. எனக்கென்று பெரிய ஆசைகளைக் கூட நான் எண்ணிப் பார்த்ததில்லை. இல்லையென்றால், நான் யாரேனும் ஒருத்தியின் கணவனாக இருந்திருக்கக் கூடும். யாருடைய தந்தையாகவாவது இருந்திருப்பேன். அவனைச் சார்ந்தோ, முழுநேர வேலையிலோ இருந்திருக்கலாம். அவனுக்கோ அல்லது அவன் குடும்பத்துக்கோ ஒரு நல்ல இடத்தில் வீடு அமைத்துக் கொடுத்திருக்கலாம். அவனது வாழ்க்கை முடியும்போது , துயரம் மேலிட அவர்கள் மீது காட்டிய அன்பையும், பயனுடைய வாழ்கையையும் எண்ணி ஆன்மா சாந்தி அடையச் செய்யலாம்.

எனது ஊக்கத்தைக் கலைக்கும்படி வானொலியில் ஒரு செய்தி வந்தது. குழந்தை வில்சனின் பெற்றோர்கள் மீட்பிற்கான குறிப்பினைப் பெற்றதற்காக.

கிரன்ஷாவின் கிழக்குப்பகுதியில் சுமார் நூறு மைல் தூரத்தில் பயணித்துக் கொண்டிருந்தோம். வண்டியைச் சாலையின் ஒரு பக்கமாக நிறுத்தினேன்.

அந்தக் குறிப்பைப் பற்றி உடனடியாக எதுவும் தெரியவில்லை. குழந்தையைக் கடத்திச் சென்றவர்கள் கேட்பதைத் தருவதற்கு வில்சன் பெற்றோர் விரும்புவதாகச் சொல்லப்பட்டது.

“என்னாச்சு லெஸ்டர்?”

“இதை நீ நம்புகிறாயா?”

‘ஸ்டியரிங்’ வளைவை ஓங்கி அடித்தேன். அந்த ஒலியைக் கேட்டுக் குழந்தை அழத்தொடங்கியது. கரேன் பிணைத்திருந்த ‘பெல்ட்’டை அவிழ்த்து இருக்கையை மேலே தூக்கி நிறுத்தினாள். என்னிலிருந்து அவனைப் பாதுகாக்க அவ்வாறு செய்யவேண்டியதாயிற்று.

“லெஸ்டர், நீ பயமுறுத்துறே!”

“இந்தத் தீய உலகத்துலே இதையெல்லாம் போய் நம்புறியா?”

சில நிமிட மௌனத்திற்குப் பின அவள் பேசினாள்”நான் அதெ நம்புறேன். தீய சக்தியிலேயிருந்து மனிதர்களை மீட்கமுடியும்? வார்த்தையை முடிக்கவில்லை. குழந்தையைக் கைகளால் அணைத்தபடி தாலாட்டினாள். கண்ணீர் வெளிவரத் தொடங்கியது. இருவரின் கூக்குரலையும் கேட்கும்படி ஆனது.

'வேனி'லிருந்து இறங்கி சிகரெட்டைப் பற்றவைத்தவாறே புல்வெளியில் மேலும் கீழுமாக நடந்தேன். அருகில் நின்றிருந்த வேனை அதிரச் செய்தபடி கார் ஒன்று அந்த வழியே வேகமாகச் சென்றது. அதைத் தொடர்ந்து இன்னொன்றும் சென்றது. அந்தக் காரில் நான் செல்லக்கூடாதா என்று கூடத்தோன்றியது. பச்சைப் பசேலென்று பயிர்கள் ஒரு மைல் நீளத்திற்கு அடர்த்தியாய் வளர்ந்திருந்தன. நான் ஒரு விவசாயியாக இருந்து கீரையோ, காலிஃப்ளவரோ அல்லது வேறு ஏதேனும் உணவுப் பயிர் வளர்த்துப் பணம் பண்ணயிருக்கக்கூடாதா என்று நினைத்துக் கொண்டேன். நான் யாராக இருக்க நினைத்தேன்? நான் யாராக இங்கே இருக்கிறேன்? இப்போது என்ன செய்வதாக எனக்கு உத்தேசம்?

கரேன் அமர்ந்திருந்த காரின் சன்னலைக் கீழே இறக்க நகர்ந்தேன். இதே மாதிரி உனக்கு நடந்திருந்தால் அந்த சந்தர்ப்பத்தை அவனுக்கு அல்லது அவர்களுக்கு வழங்கியிருப்பாயா?

நான் நினைத்த திட்டங்கள் எல்லாம் வீணாயின. பொங்கி வழியும் கோபத்தை சோகமாய் இரக்கத்திற்கு உரியவளான அவளிடம் காட்டாமல் அடக்கிக் கொண்டேன். அவள் குழந்தையைத் தாலாட்டிக் கொண்டிருந்தாள். வெளிறியிருந்த அவளது கண்கள் வீங்கிச் சிவப்பாக இருந்தன. அவற்றிலிருந்த கண்ணீர் வழிந்தோடிக் கன்னத்தை நனைத்தது. கரேன் ரோபிலெக்ஸ் உண்மையில் நீ செய்த இந்தச் செயல் என்னை ஒரு கலக்கு கலக்கி விட்டது. உனக்கே அது தெரியும். நீ அடுத்தவங்களைக் கெட்டது செய்யத்தூண்டியிருக்கே. சகதி மேல் சகதி பூசிக்கிட்டாச்சு. அவனுடைய இந்தக் குழந்தையை அவன் உடமையா ஆக்கிக்கிட்டா என்னசெய்வே. இந்தக் குழந்தையைப் பாதுகாக்க வேண்டும் என்று அக்கறையால் மீட்புக் குறிப்பினை நாடெங்கும் உள்ள வானொலிச் செய்தியில் ஒலி பரப்புகிறார்கள். கேட்டியா? அது நடக்காது. இப்போது இவன் எப்படி அவர்கள் மீது நம்பிக்கை வைப்பான்? அவனது தனிப்பட்ட தொடர்பை எல்லோரிடமும் சொல்லிவிட்டோம். என்று நினைத்துக்கொண்டிருப்பார்கள். காவலாட்கள் ஃப்பிஐ ஊடகங்களில் இவற்றின் உதவி கோராமல் இந்தச் சிக்கலை அந்தப் பெற்றோர் தீர்க்கிறார்கள் என்று வைத்துக்கொண்டால், நீ அவர்களை நம்பாமல் அந்தச் சூழ்நிலையில் என்ன செய்வாய் நான் நினைக்கிறேன். இது லாஸ் ஏஞ்சல்ஸிலுள்ள குட்டாம்ன் வானொலி நிலையத்திலிருந்து வந்த செய்தியாகத்தான் இருக்கும்.

லாஸ் ஏஞ்சல்ஸ்! குழந்தை செத்துப்போனாக் கூட அவர்கள் அதன் மலத்தைக் கூடத் தரமாட்டாங்க. மக்கள் கேட்கவேண்டும் என்பதற்காக அவர்கள் விளம்பரத்தை விற்கிறார்கள். ரொம்ப இரகசியமானவற்றை இப்படி ஒலிபரப்புவதில் அவர்கள் மகிழ்ச்சியடைகிறார்கள். நல்லதொரு நிருபர் களாக இருப்பதில் பெருமைப்பட்டுக்கொள்கிறார்கள். கரேன், ஆன்டெனாவிலிருந்து வரும் அலைவரிசை போல, தீய சக்தி என்பது எல்லாத் திசைகளிலும் இப்படி பரவுது பார்.

அவன் இந்தக் குழந்தைக்கு எந்தக் கெடுதலும் செய்யமாட்டான். பொருமினான். யாரும் அப்படிச் செய்துவிடமுடியாது. அவனோடதல்ல இந்தக்குழந்தை என்னோடுது என்று சொல்லி அந்தக் குழந்தையின் கன்னத்தில், தலையில். போர்த்தப்படாத அதன் ஒவ்வோர் உறுப்புகளின் ஆசை தீர முத்ததமிட்டாள் அவள்.

வில்சனுக்கு எப்படித் தெரியும்? அவன் ஒரு மோசக்காரன் என்றும், ஏமாற்றுப் பேர்வழி என்றும் அவர்களுக்குத் தெரியும். எத்தனை ஆயிரம் டாலர்கள் இப்படி அவன் அவர்களிடம் பறித்தானோ யாருக்குத் தெரியும்?

அவளிடம் சொல்வதைக்காட்டிலும் இதனை எனக்குள் சொல்லிக்கொண்டேன். உனக்கு ஓர் ஆண் கூட்டாளி கிடைத்திருக்கிறான். பிணயத்திற்காக எந்த ஒரு பெண்ணும் குழந்தையைத் திருடி வரமாட்டாள்.

கரேன் ‘வேன்’ கதவைத் திறந்து வெளியே வந்தாள். என்னிடம் குழந்தை வில்சனை ஒப்படைத்துவிட்டு, மரத்திற்குப் பின்னால் மறைவான இடத்திற்குச் சென்று ஆடையைத் தூக்கிவிட்டுக் குந்தினாள்.

அவனை நான் எந்த விதத்திலும் கட்டுப்படுத்த விரும்பவில்லை. அவன் கதகதப்பாக இருக்கும் பயல். அவனது இதயத்துடிப்பை என்னால் உணரமுடியும். என்னைக் கொஞ்ச நேரம் பார்க்க அவன் சுற்றிவளைத்துப் பார்க்க வேண்டியிருந்தது. அவன் அப்போது அழுகையை நிறுத்தியிருந்தான்.

கரேன் திரும்பி வந்தாள். குழந்தை வில்சனைத் தூக்கிக்கொண்டு வேனுக்குள் சென்றாள். முகஞ்சுழித்தவாறே உட்கார்ந்தாள். நேராக முன்னால் பார்த்தாள். அவள் அழவில்லை. ஓட்டுநர் தேவைப்படாமல், சாவியைப் போட்டதும் கார் நகரக் காத்திருந்ததுபோல் அவள் செய்கை இருந்தது.

நகரை நெருங்குமுன் , ஒரு மைல் தூரத்தில் வண்டிக்கு கேஸ் நிரப்பும் நிலையத்திற்கு ஓட்டினேன். தண்ணீர் பாட்டில்கள் வாங்கி அதில் ஒன்றை கரேனிடம் நீட்டினேன். ஒன்றும் பேசாமல் மௌனமாய் வந்ததால் அதனை வாங்கிக் கொண்டாள் என்னைப் பார்க்காமலே! உள்ளூர்ப் பத்திரிகை வாங்கினேன். மகிழ்ச்சி ஊட்டக்கூடிய கதைகள் அவற்றில் இருந்தன. அதில் கதைகள் கரேன் போன்று இருந்த பெண்ணை ‘போலீசு’ பிடித்துச் செல்வதுபோல் இருந்தது. அவள் காதுகள் பெரிதாக வளர்ந்ததாய், உதடுகள் மெல்லியதாய், கண்கள் எவரிடமிருந்தோ பிடுங்கிக் கொண்டு வந்து பொருத்தியது போன்றதாய் இக்கதையில் உலவிய பெண் காட்சி அளித்தாள். படிப்பதற்கு விருப்பம் இல்லாததாய் இருந்தது.

செய்தித்தாள்களைக் கிழித்தெறிந்தேன். அவளுக்கு அறிவுரை என்ற பெயரில் உணர்த்த எதுவும் எனக்குத் தேவையாய் இருந்ததில்லை. என்னைப் பொறுத்த வரை அவளுக்கு இந்த விஷயத்தில் சொல்லுவதற்கு எதுவும் இல்லை. வண்டியில் பயணம் செய்தோம். நன்றாகச் சீரமைக்கப்பட்ட சிறிய நகரம் அது. பெரிய மரங்கள் வரிசையாய் நின்று நிழல் தந்தன. கண்களை உறுத்தாமல் சின்னஞ்சிறிய கடைகள் ஒரே ஒழுங்கமைவில் இருந்தன. கண்களுக்கு ஒருவரும் தென்படவில்லை. பகலில் மனிதர்கள் தூங்கும் நேரம் போலும். போலீசும் அப்படியேதான்! இந்தக் கதை ஒவ்வொரு பத்திரிகையிலும் வந்துவிட்டால், பழி நேரும் நிலையில் பேபி வில்சனை எங்கே விடுவது? இங்கேயே விட்டுவிட்டால் என்ன? என்ற எண்ணம் உதித்தது. இப்போது அதைச் செய்யாவிட்டால், பின் எப்போது செய்வது?

வண்டியை நிறுத்த இடம் பார்த்தேன். வலது புறமாயும், இடது புறமாயும் அதனை நிறுத்த இயலாமல் ஒவ்வொரு மூலையாய்ச் சுற்றி வந்து இறுதியாக, தூய்மையாய், சிவப்புக்கூரையுடன் கூடிய வெள்ளை நிறக் காரை பூசப்பட்ட மாதா கோயிலில் நிறுத்தினேன். அக்கோயிலின் கூம்பு வடிவ உச்சியில் காரைச் சிற்பமாய்ச் சிலுவை இயேசுவின் உருவம் இருந்தது. அந்தப்புனிதக் கோயிலின் பெயர் இப்போது நினைவுக்கு வரவில்லை. ஏன், அந்த நகரத்தின் பெயர் கூட நினைவுக்கு வரவில்லை. இதற்கெல்லாம் காரணம் நான் கொண்டிருக்கும் மன இறுக்கமே. என் கழுத்துப் பக்கம் சூரிய ஒளி பட்டது. கையடக்கமான அந்த இருக்கையில் கரேனும், குழந்தையும் இருந்தார்கள். வேனில் பயணம் செய்தபோதே அதனை நிறுத்தும் இடத்தில் எனது நடவடிக்கைகளை அவளிடம்

சொல்லியிருக்கிறேன். ஏ.சி இருந்தும் எனது முதுகுப்பக்கம் வியர்வை வழிந்தது.

இந்தச் சூழலில் நான் எங்கே போவது என்று நினைத்து ஆயத்தமாக இருந்தபோது, அவளும் அவ்வாறே தயாராக இருந்தாள். நான் அதனை அவளிடம் சொல்லாததற்குக் காந்தத் தொடர்பால் கட்டுண்டமையால்! நாங்கள் இருவரும் புத்திசாலித் தனமாக நம் எண்ணங்களில் ஒன்றுபட்டு இருக்கிறோம். இருந்தாலும் எங்களிடையே ஏதாவது ஒரு வகையில் மன வேறுபாடு இருப்பதுவாய் உணர்ந்தேன். அவளைப் பார்த்ததும் நான் கரேன் ரோபிலெக்ஸை மனமார விரும்பினேன். இப்போதுதான் அது போன்ற எண்ணம் தோன்றுகிறது. நம்ப முடியாத நிகழ்ச்சி என்னிடத்தில் அரும்பியிருந்தது. அது என் தொண்டையில் ஊற்றெடுத்தது. கண்ணீர் வெளிவரத் தயங்கியது. அவளை விரும்புகிறேன். அவளது நொய்மையான உள்ளம் அவளைப் பலப்படுத்துகிறது? அவளைக் கேட்க என்னுள் அச்சம் குடிகொண்டது. இதெல்லாம் நடந்ததற்கு முன்னால் அடிக்கடி. சொல்லிக்கொண்டிருப்பாள். அவள் எப்படியெல்லாம் புகழ்ந்தது, மக்களுக்கு நாங்கள் கொண்டது காதல் என்பது தெரியும்படி என்னை அவள் என்னைக் காதலித்து, பீதி ஏதேனும் உண்டானாலும் கூட எங்க பந்தம் உண்மையானது, நிச்சயமா சொல்லமுடியாது. நானே அதை வெளிப்படுத்தவும் முடியாது. அதுக்கு மேலே ஒண்ணும் சொல்வதற்கில்லை. இது அவளது திட்டமிட்ட செயலாக இருக்கமுடியாதென்பதையே உணர்ந்தேன். இந்தத் தருணத்தில் அவள் என்னை இங்கு அழைத்துவந்தாள். நான்தான் அவளை அழைத்துவந்திருப்பதாக எண்ணிக்கொண்டேன். அவளது ஒரே சிக்கல் எவ்வளவு நுட்பமானது என்பது எனக்கு நினைவு இருக்கிறது. இல்லேன்னா, அதைத் தடுக்கும் வழியையாவது அவள் எதிர்பார்த்திருக்கணும்"

"லெஸ்டர்! குற்றத்தை எப்படி ஒத்துக்கிறது என்பதற்கு எனக்குச் சரியான அர்த்தம் தெரியாது?"

"சரி"

அந்தப் பெட்டியின் கீழே போய் உட்காரச்சொன்னேன். அருகில் எங்கோ இருந்தது அது. நீ அவர்களுக்கு கத்தோலிக்காக இருந்து கவனிக்கணும் என்பதில்லை. அவன் கேட்கும்போது, மதகுரு இன்னொரு பக்கத்தில் அமர்ந்திருப்பார். நீ அப்போது குற்றத்தை ஒப்புக்கொள்வதாகக் கூறிவிடு. அவர் உன் வேண்டுகோளை ஏற்றுக்கொள்வார். ஒரு போதும் கைவிட்டுவிடமாட்டார்.

உன் நம்பிக்கையும் வீண்போகாது. நீ குறுக்காக எதுவும் பேசத்தேவையில்லை. அவரிடம் அறிவுரை கேட்டால் என்ன செய்யணும்னு அவருக்குத் தெரியும். சொல்வாரு. நீ அதற்காக நன்றி சொல்லணும். கடவுளுக்கு நன்றி சொல்லணும். மக்களெல்லாம் நல்ல வாழ்க்கை வாழணும்னு இங்கே வந்து உறுதி எடுத்திருக்காங்க."

"அவர் என்ன சொல்லுவார்?"

"நல்லது. நம்மைப் போலவே மதகுருக்கள் பத்திரிகை படிப்பாங்க. தொலைக்காட்சி பார்ப்பாங்க என்று நான் நம்புகிறேன். அதனால நீ எந்தக் குழந்தையைப் பத்திப் பேசப்போறேன்னு அவுங்க சொல்லிடுவாங்க. வண்டியின் முன்பக்கக் கதவருகே அவனை நீ காணலாம்."

அவன் எழுந்து பக்கத்திலிருக்கும் வழியே இறங்கி வண்டியை நிறுத்தியிருந்த இடத்தை நோக்கி ஓடினான். அதுக்கு வாய்ப்பாக நீ பக்கத்துக் கதவைத் திறந்துவிட்டுட்டே.

கரேன் துணிச்சல்காரி. இப்போது இருப்பதுபோல எப்போதும் அப்படி இருந்த தில்லே. அழகிய இடுப்பு ஆடை அசைந்தபடி அவள் நடந்துசென்றாள். தலையைக் குதிரைவால் கொண்டையை இறுக முடிந்திருந்தாள். அந்த நிகழ்ச்சிக்கு ஒரு புனிதத்தன்மை வந்ததுபோல இருந்தது. இப்படியும் அப்படியுமாக அசைந்து சென்றாள். இதுக்காகவே அவள் வெறுங்கால்களில் மெல்லிய காலணிகளை அணிந்திருந்தாள். ஆழ்ந்த பெருமூச்சு விடுவதற்கு முன்பாக அவள் வின்ஸ்டாரிலிருந்து கீழே இறங்கிவந்தாள். குழந்தையைக் கைகளில் தாங்கியபடி அதன் சின்னத் தலையை அப்படியே அரவணைத்துக் கொண்டாள். குழந்தையின் கறுத்த முடியைத் தன் கை விரலால் நீவி விட்டாள். அவன் அவளை அசையாது வியந்து பார்த்தான். பிறகு பார்வையைத் திருப்பிக்கொண்டான். கரேன் குழந்தையைக் கொஞ்ச நேரம் உரிமையால் தொடுவது போல அந்தச் செயல் இருந்தது.

அன்று நாள்முழுவதும் பயணமானோம். அவள் பின்னிருக்கையில் தாடையில் கைகளை வைத்துக்கொண்டு தூங்கிய படியே வந்தாள். வடக்குத் திசையில் வண்டியை ஓட்டிச் சென்றேன்.

மாலை நேரம் வந்தது. சாலை விடுதியை நோக்கி வண்டியை ஓட்டினேன். காரின் வலப்பக்கமாக நகர்ந்து சென்றது. அவள் இருக்கையின் கீழே படுத்து உடனே தூங்கி விட்டாள். அவள் உறக்கம் கெடும், தொலைக்காட்சியால் விழிக்க நேரும் என நினைத்து அதற்கு வாய்ப்புத் தராமல் மின் தொடர்பைக்

கழற்றிவிட்டு விடுதிக்குள் சென்றேன். மது அருந்தும் இடத்தில் இருந்த தொலைக்காட்சியில் மிஸ்டர் வில்சன் , மிஸேர்ஸ் வில்சன் இருவரும் குழந்தை ஒன்றை அணைத்தபடி சிரித்துக்கொண்டே ஆனந்தக்கண்ணீரோடு தோன்றினார்கள். அவர்கள் முதிய தம்பதியினர். வலப்பக்கமாக நின்றிருந்தார்கள். மிஸ்டர் வில்சனுக்குத் தொந்தி விழுந்திருந்தது. நல்ல வேளை எனக்கு அப்படி ஒன்றும் இல்லை. வெவ்வேறு வயதில் ஆறு குழந்தைகள் அத்தம்பதியினரின் கட்டிலைச் சுற்றிப் புகைக்கருவியைப் பார்த்தபடி நின்றிருந்தனர். அவர்களைப் பார்த்ததும் சிரிப்பற்று மௌனியாக இருக்கும் குழந்தை வில்சன் இருப்பது நினைவுக்கு வந்தது.

இதற்கிடையே வில்சனைப் பற்றித் தொலைக்காட்சியில் ஒலிபரப்பினார்கள். வில்சனும் அவர் மனைவியும் மிக்க மகிழ்ச்சியாக இருப்பதாகவும், குழந்தையை யார் எடுத்துச் சென்றிருந்தாலும் அவர்களை மன்னித்துவிடுவதாகவும் செய்தி வாசிக்கப்பட்டது. ஒரு நீண்ட நிம்மதிப் பெருமூச்சு விடுவதற்குள் நிழற்படக்கருவி எஃப்பிஐ பக்கம் சென்றது. அவர்கள் அது பற்றிய விசாரணையைத் தொடருவதாகவும் விளைவுகளைப் பற்றிக் கவலைப்படவில்லை எனவும் காட்டப்பட்டன. ஏற்கெனவே இது தொடர்பாக ஆராய்ந்து வருவதாகத் தெரிவித்து வில்சன் அது பற்றிய விசாரணையைத் தொடர்வதா வேண்டாமா என்ற யோசனையை அவர்கள் ஏற்கவில்லை. இது கரேனுக்குக் குண்டைத் தூக்கிப் போட்டது போல் ஆயிற்று.

பரிசுப் பொருள் வாங்கும் கடையில் சன் கிளாஸ் இரண்டு வாங்கிக்கொண்டேன் கரேன். குல்லாவை அணிந்துகொண்டாள். குல்லா சற்றே இறுக்கமாய் இருந்தது. கலிஃபோர்னியா செல்லும் வரை அவற்றைக் கழற்றவில்லை. கிரடிட் கார்டைச் சிக்கனமாகப் பயன்படுத்தினேன். ஒவ்வொரு கார்டையும் ஒரு தடவைக்கு மேல் பயன்படுத்த முடியாது. கடைசியாக இருந்த ஒரு கார்டை மட்டும் எச்சரிக்கையாக இரு தடவை பயன்படுத்தவேண்டியிருந்தது. பிறகு அதனைத் தூர எறிந்து விட்டேன். என் அதிர்ஷ்டத்தைச் சோதிக்க விரும்பவில்லை. இப்போது எங்களிடம் பணம் குறைந்துகொண்டுவந்தது.

சான்ஸ்பிரான்ஸ்கோவில், ஒரு திரைப்பட அரங்கில் கரேனை விட்டுவிட்டு ஃபிரான் இன்னும் அங்கேதான் வசிக்கிறாளா என்று பார்ப்பதற்காக நோவா சாலையை நோக்கிச் சென்றேன். அவள் அங்குதான் இருந்தாள். கதவைத் திறந்ததும் இந்தப் பூனை உள்ளே எதைக்கவ்வி வருதுன்னு பார்க்கிறீயா? என்றாள். அவள்

என்னிடம் எப்போதும் வெறுப்புக் காட்டியது கிடையாது. அவள் ஒரு பாடகி. இரவு விடுதியில் பாடுபவள். வீட்டில் துணைக்கு ஒரு மூதாட்டி உண்டு.

ஃபிராேனோடு இரண்டு மணிநேரம் திரைப்படம் பார்ப்பதில் கழிந்தது. அதன் பிறகு உள்ளூர்க்கடையில் இருந்த ஏ. டி. எம் பூத் வரை நடந்து வந்தாள். நான் அவளிடம் விடை பெற்றுப் போகும் முன் அவளைப் பெருந்தன்மையோடு அனுப்பி வைத்தேன். அவள் என்னை நம்பமாட்டாள். அவள் சிரிப்பே அதனைக் காட்டியது. காலம் பதில் சொல்லும் என்று சொல்லிவிட்டுச் சிரித்தாள். நான் மூலையில் திரும்பிக் கையை அசைத்தபோது தலையை ஆட்டியபடி விடை கொடுத்தாள்.

ஆரிகன் மாநில எல்லைக்குச் சற்று முன்பாக வின்ஸ்டரின் நெவேடா நம்பர் பிளேட்டுகளை அகற்றி, அவற்றை டுராங்கோவின் பழைய கலிஃபோர்னியா பிளேட்டுகளில் மாற்றி வைத்தேன். ஸீட்டிலில் கனடா செல்வதற்காக ஒரு படகில் பயணமானோம். பனிப்படலம் வெளிர் நிறத்திலும் பச்சையுமாய் ஓர் ஒழுங்கமை யோடு இருந்தது. பனிமூடி இருப்பதற்கான எச்சரிக்கை காட்டியது. கடல் நாறியது. மங்கலான வெளிச்சத்திலும் கூடக் கடற்பறவைகள் அங்கும் இங்குமாகப் பறந்துகொண்டிருந்தன. கரேன் இந்தப் பயணத்தை விரும்பி இருந்தாள். எங்களிடையே அமைதி நிலவியது. ஆர்வ மிகுந்த வாஞ்சையில். அவள் என் இரு கைகளையும் பற்றி இணைத்துக் கொண்டாள்.

வான்கோவரில் உள்ள விடுதியில் நாங்கள் எங்கள் கடந்த கால காதல் களியாட்டங்களில் மீண்டும் இறங்கினோம். அது வீரியமிக்கதாய் இருந்தது. அதனால் அவள் புத்துயிர் பெற்றதாய் உணர்ந்தேன். கடந்த மாதமும் நினைவில் வந்து போனது. அதில் நான் உடன்பட்டாலும் அவள் விலகியே இருந்ததை அறிந்தேன்.

வான்கோரில் தூய்மையான நகரம். எங்கும் அது போன்ற தூய்மையைப் பார்த்த தில்லை. நீல வான நிறத்தில் நினைவூட்டும் கண்ணாடி அலுவலகக் கட்டடம். நீர்ப்பரப்பில் மிதந்து செல்லும் பாய்மரங்கள். விசைப்படகுகள் விளம்பரத்திற்காக என்றே இருந்தன போலக் காட்சியளித்தன. குப்பைக்கூளங்கள் சாலைகளில் இல்லை. ஒருவருக்கும் தொல்லைக் கொடுக்காமல் அவரவர் தங்கள் வேலைகளுக்குச் சென்ற வண்ணம் இருந்தனர். இங்கு ரொம்ப நாள் நீ தங்குவதற்கு இயலாது. நீ இங்குப் பொருள்களைப் பார்க்கலாம். ஏற்றுமதி, இறக்குமதி வணிகம் செய்யும் ஒருவன் எனது வின்ஸ்டர் காரை மூவாயிரம் டாலருக்கு

எடுத்துக்கொண்டு பத்தாயிரம் டாலருக்கு அதை விற்றுவிடுவான் என்பது எனக்குத் தெரியும்.

கரேனுக்கு ஆயிரம் கனடியன் டாலரில் ஒரு ரத்தினக்கல் மோதிரமும், தங்க வளையல்களும் வாங்கினேன். அலாஸ்கா நகரில் வசிக்கும் வரைக்கும் நாங்கள் திருமணம் செய்துகொள்ளவில்லை. அலாஸ்காவில் அவளது பெயர் கரேன் ரோபிலெக்ஸ். அவள் அங்கு அறிமுகம் ஆகிற வரைக்கும் ஒரு மலைப்பக்கமாகப் பார்த்து வாடகை வீடு பிடித்து நாங்கள் குடிபுகுந்தோம். அங்குள்ள தோட்டத்தைப் பராமரித்துவந்தாள். ஆரோக்கியமான உணவுகள் தயார் செய்தாள் எனக்காக மட்டுமன்று. அவளுக்காக வுந்தான். இரண்டு பேருக்காக அவள் சாப்பிட வேண்டுமே! அந்த நகரம் மிகவும் நெரிசலானது. மலைக்கும் நீர்சூழ்ந்த பகுதிக்கும் இடையே உள்ள கடல் மட்டத்தின் கீழே நான் பணியாற்றிக்கொண்டிருக்கிறேன்.

பலவாறான வேலைகள் எனக்கு. உணவு விடுதியின் முன்பக்கத்தில் உணவுப் பட்டியல் பலகையை ஒட்டியுள்ள பகுதியில் பானைகளையும், வெற்றிலைகளையும் துடைத்துச் சுத்தமாக்குவது என் பணிகளில் ஒன்று. மதுவிற்பவன் ஒருவன் சிவப்பு நிறத்தாடியோடு முழுக்கைச்சட்டையில் இருந்தான். தரை எங்கும் மரத்தூள் படர்ந்து கிடந்தது. நான் விடியற் காலையில் பள்ளிச்சிறுவர்களுக்காகப் பேருந்து ஓட்டுவேன். பகல் நேரங்களில் வேறொரு வேலை பார்ப்பேன். மீன்களைப் படகிலிருந்து வெளியே எடுப்பவர்களை நோட்டம் விடுவேன்.

எனக்கு வாரக் கடைசியில் புதுவாய்ப்புக் கிடைத்தது. அது எனக்கு எளிமையாக இருந்தது. வேடிக்கையான உடை அணிந்துகொண்டு கப்பல் பயணிகளைச் சந்தித்து உரையாடுவது சில காரணங்களுக்காக ஏற்கவேண்டியிருந்தது. 1. மடத்தனமான அந்த ஆடையில் என்னை யார் என்று கண்டுகொள்ளமுடியாது 2. என் கவனத்தைத் தாண்டிக் கப்பலை நெருங்கிக் காண வாய்ப்புக் கிடைத்தது. கப்பலின் உள்ளே பெண்களுடன் நடனமாடியும், நகைச்சுவை விருந்தளித்தும் அலாஸ்காவுக்கு வந்ததன் நினைவாக அவர்களோடு சேர்ந்து நிழல் படம் எடுத்துக் கொண்டேன்.

ஒரு நாள் விடுமுறையில் கரேனுடன் கரடிகள் மீனைப் பிடித்துத் தின்னும் காட்சிச் சாலைக்குச் சென்றேன். பறவைகள் சுறுசுறுப்பாய்ப் பறந்த வண்ணம் இருந்தன. கறுப்பு நிறத்தில் மொட்டைத் தலையோடு கழுகு ஒன்று தினந்தோறும் காலையில் மரத்தின் உச்சியிலிருப்பதை நாங்கள் பார்ப்போம். அது மலையின்

பக்கத்தில் கூடு கட்டிக்கொண்டிருந்தது. வானோக்கிப் பறப்பதில் அது முனைப்பாக இருப்பதைக் காண்போம்.

இங்கே நம்மைப் போல வாழும் பலரும் யுஎஸ்ஸில் வாழத் தகுதி அற்றவர்களாகத்தான் இருப்பார்கள். யாரும் பல கேள்விகள் கேட்டுத் தொல்லைப் படுத்த மாட்டார்கள். நான் சந்தித்த ஒவ்வொருவரும் பெரிய திட்டங்களோடு இருப்பதை எண்ணிப்பாராட்டுகிறேன். அந்தப்பயணக்கப்பலில் சேர்ந்து ஏதாவது வேலை செய்யலாம் என்ற என் திட்டத்தைப்பற்றி எண்ணத் தொடங்கினேன். கப்பல் தளத்ததில் கட்டுமானப்பணி செய்யத் தினந்தோறும் அவர்கள் கடலில் செல்கிறார்கள். கப்பலில் உள்ள சூதாட்டக்களத்தில் அதிகமான பணம் புரள்கிறது. பயணிக்கான அடையாளச்சீட்டைப் பெறுவதில் நான் தீவிரமாக இருக்கிறேன். இரவில் கப்பலில் இருந்துவிட்டு மறுநாள் பண அறுவடையோடு வரலாம். அங்கு என்ன செயல் முறை இருக்கிறது என்று எனக்குத் தெரியாது. அதை அறிவதற் குரிய கால அவகாசம் தேவைப்படுகிறது.

வீட்டுக்குத் திரும்பியபோது கரேன் என்னை அணைத்துக் கொண்டாள். எனக்கு நல்ல விருந்து காத்திருந்தது. நான் சாப்பாட்டு மேசையில் சாப்பிட்டுக் கொண்டிருக்கும்போது கன்னத்தில் கை வைத்து இமை கொட்டாமல் பார்த்துக் கொண்டிருந்தாள். நான் புதிதாக அவதாரம் எடுத்திருந்ததை அறிந்து புகழத் தொடங்கினாள். நான் எதற்கும் எச்சரிக்கையாக இருப்பதையும் உடனே அகத் தூண்டலுக்குத் தயாராக இருப்பதை மெச்சினாள். அதெல்லாம் சாதாரண விஷயங்கள். ஆனால், அவள் வயிற்றில் வளர்கிறதே குழந்தை, அதற்காக அவள் அவனைப் புகழ்ந்துதான் ஆக வேண்டும். என் இளைய மனைவி, புத்திசாலி. இந்த நாள்களில் மனநிறைவாக இருக்கிறாள். முதல் தடவை அவளைச் சந்திக் காதவர்கள் அவளைப் புத்திசாலி என்றே நினைக்கக்கூடும். தன்னைக் கலந்தாலோசிக்காமல் அந்தக் குழந்தைக்கு ஜேசு என்று பெயரிட்டதாகவும், இனி அந்தப் பெயரிலேயே அவன் அழைக்கப்படுவான் என்றும் நேற்று இரவு சொன்னாள்.

●

தமிழில்: இராம.குருநாதன்

லூ ஹ்சூன் (1881-1936)

*சீ*ன இலக்கியப் படைப்பாளிகளில் மிகவும் புகழ்பெற்றவர்; ஷோ ஷாங்செள என்பது இவரது இயற்பெயர். இறுதியாக நிலைத்த புனைபெயர் லூ சூன் என்பதாகும். நவீன சீன இலக்கியத்திற்கு முன்னோடியாக விளங்கிய இவர். புனைகதை, கட்டுரை, இதழியல், மொழிபெயர்ப்பு, கவிதை, திறனாய்வு முதலிய துறைகளில் மிகுந்த ஈடுபாடுகொண்டிருந்தவர். பைஹூ என்ற சீன வட்டார மொழியிலும், மரபு வழியிலான சீனத்திலும் எழுதிவந்தவர். கடற்படைக்கல்லூரியிலும், இராணுவக்கல்லூரியிலும் பயின்றபோதுதான் மேற்கத்திய இலக்கிய ஈடுபாடும், பிற மொழிகளைக் கற்கும் ஆர்வமும் ஏற்பட்டன. ஆங்கிலம், செருமானியம் ஆகிய மொழிகளைக் கற்றார். "இவான்கோ", 'அங்கிள் டாம்ஸ் கேபின்' ஆகிய நூல்கள் இவரிடம் சமூகப்போராட்ட உணர்வை ஊட்டின.

சீனப் பொதுவுடைமைத் தலைவர் மா சே துங் தம் இறுதிக்காலம் வரை, இவரது படைப்புகள் மீது மிகுந்த ஈடுபாடும் ஆர்வமும் கொண்டிருந்தார். இடது சாரிக் கொள்கையில் லூ ஹ்சூன் ஆர்வமிக்கவராக இருந்தாலும் சீனப் பொதுவுடைமை இயக்கத்தில் தம்மை இணைத்துக்கொண்டாரில்லை. 1919இல் மே 4 இயக்கத்திற்குப்பின் இவரது படைப்புகள் மக்களிடையே மிகுந்த செல்வாக்குப் பெற்றிருந்தன. மக்கள் சீனக் குடியரசு 1949 இல் இவரைப் பெருமைப்படுத்தியது.

சீன சமூக மக்களைப் பற்றிய கண்ணோட்டத்தை வேறுபட்டகோணங்களில் சித்திரித்த இவர், தம்முடைய படைப்புகளை எள்ளல் இழையோடப் படைத்தவர். இவர் எழுதிய ஏராளமான சிறுகதைகளில் குறிப்பிடத்தகுந்த சிறுகதைத் தொகுதிகளாவன பிறந்த ஊர், வெள்ளை ஒளி, அணையா விளக்கு, கிராமத்து அரங்கம், சொர்கத்தைச் சரி செய்தல், இறந்தவர்களை உயிர்த்தெழுப்புங்கள் முதலியனவாகும்.

தாயுள்ளம்

என்னாச்சு?... ஒரு சத்தத்தையும் காணோமே...! குழந்தைக்கு என்னாச்சு?

சிவப்பு மூக்கன் குங் தலையாட்டியபடியே கைகளில் மதுக்கிண்ணத்தை வைத்துக்கொண்டு அடுத்த வீட்டைப் பார்த்தவாறு பேசினான். நீலத் தோளான் ஆ ஊ தனது மதுக்கிண்ணத்தைக் கீழே வைத்துவிட்டு ஒருவனின் முதுகில் குத்துவிட்டான்.

'ஆமாம்' தாழ்ந்த குரல் எழுப்பியவாறு, மறுபடியும் உனக்கு இரக்க உணர்வு வந்துவிடுமே!'

லூச்சேன் பத்தாம் பசலித்தனமான சிற்றூர். இரவு நேர அறிவிப்பு ஒலி கேட்டதுமே அனைவரும் கதவைச் சார்த்திக்கொண்டு உறங்கப் போய்விடுவார்கள். இரண்டு வீட்டுக்காரர்கள் மட்டும் அந்த நள்ளிரவில் விழித்திருந்தார்கள். 'பிராஸ்பரிட்டி' மதுபானக் கடையில் சில பெருந்தீனிக்காரர்கள் மட்டும் மிதமிஞ்சிய குடியில் அந்தக்கடையைச் சுற்றிவந்தனர். அந்தக் கடையை அடுத்து வசிப்பவள் நான்காம் ஷானின் மனைவி; இரண்டு ஆண்டுகளுக்கு முன் விதவையானவள். பருத்தி நூல் நெய்து பிழைத்துவந்த அவளுக்கு மூன்று வயது பையன் இருந்தான். தன் வேலையை முடித்துவிட்டு அவள் நேரங்கழித்துத்தான் உறங்கப்போவாள்.

சில நாள்களாக நூல் நெய்யும் ஓசை அந்த வீட்டில் கேட்காதிருந்தது. அதுவரை அவ்விரு வீட்டாளர்களும் நள்ளிரவு வரை உறங்காதிருந்தனர். கிழவனான குங்கும், இன்னும் சிலரும் ஷானின் வீட்டிலிருந்து ஏதேனும் சப்தம் வருகிறதா என்று கவனிக்கலானார்கள். குத்துவாங்கிய கிழட்டு குங் மதுவை வேகமாக அருந்திவிட்டு கிராமியப் பாடலொன்றைப் பாடிக்கொண்டிருந்தான்.

தமிழில்: இராம.குருநாதன்

இதற்கிடையே ஷானின் மனைவி தனது படுக்கையின் ஓரத்தில் வாழ்வின் அரும்புதையலான தன் குழந்தை பாவோ எர்ரைக் கைகளில் அணைத்தவாறே அமர்ந்திருந்தாள். தரையில் நெசவுத் தறி வெறுமனே கிடந்தது. பாவோ எர்ரின் முகத்தில் மங்கலான விளக்கொளி பட்டது. நீலம் பாரித்த அவனது உடம்பில் காய்ச்சல் அடித்தது. புனித ஆலயத்திற்குப் போகும் முன்பு கடவுளிடத்து வேண்டிக்கொண்டு சீட்டுக்கட்டிப்போட்டது நினைவு வந்தது. கடவுளிடம் வேண்டிக்கொண்டது வீண்போகாது என்று எண்ணினாள். 'மகனைக் கடவுள் குணப்படுத்தி விடுவார் என்ற நம்பிக்கை இருக்கு.' அவன் ஒரு சமயம் குணமாகாவிட்டால் என்ன செய்வது? மருத்துவர் ஹோ ஹிசியோ ஷியனிடம் சென்றுதான் காண்பிக்கவேண்டும். இரவில் மட்டும் அவனது உடல்நிலை இப்படித்தான் இருக்கிறது. நாளை காலை விடிந்ததும் சரியாகப்போய்விடும். காய்ச்சல் தணிந்து எளிதாக மூச்சுவிடுவான். எல்லா நோய்களும் இப்படித்தான் போல! ஷான் மனைவி ஒரு வெகுளி! எதுவும் தெரியாதவள். 'ஒருசமயம்' என்ற வார்த்தை எத்தனை அச்சம் தருவது என்பது கூடத் தெரியாதவள். அந்த வார்த்தைக்குப் பொருள், கெட்டவையெல்லாம் நல்லவையாவதும், நல்லவையெல்லாம் கெட்டவையாவதும் என்பதாகவே இருக்கும். கோடைக்கால இரவு கொஞ்சநேரந்தான். கிழட்டு குங்குவும், பிறரும் பாடுவதை இச்சமயத்தில் நிறுத்தியிருந்தனர். கிழக்கில் வானம் வெளிச்சத்தோடு வரத்தொடங்கியது. வைகறை வெளிச்சம் சன்னல் வழியே படர்ந்தது.

ஷான் மனைவிக்கு அந்த விடியலுக்கான காத்திருப்பு என்பது அவ்வளவு எளிதாக இல்லை. நேரமும் மெல்லவே ஊர்ந்தது. இன்னும் ஒருவருடம் இப்படியேதான் பாவோ எர் இருக்க வேண்டுமா என்று தோன்றியது. அவன் மூச்சுவிடும் ஒவ்வொரு கணமும் அவ்வாறுதான் நினைக்கத்தோன்றியது. விளக்கின் ஒளியை மழுங்கடித்தது போலப் பகல் வெளிச்சம் தெளிவாக இருந்தது. பாவோ எர் மூச்சு விடும்போது மூச்சுக்குழல் சற்றே திணறியது.

ஷானின் மனைவி அழுகையை மெல்ல அடக்க நினைத்தாள். அழுகை என்பது ஒரு கெட்ட சகுனம் என்று அவளுக்குத் தெரிந்திருந்தது. ஆயினும் அவளால் என்ன செய்யமுடியும்? வழிவகை தெரியாதிருந்தாள். காலந்தாழ்த்தாமல் மருத்துவர் ஹோவிடம் செல்வது ஒன்றே அவளது நம்பிக்கையாக இருந்தது. அவள் ஒரு வகையில் வெகுளிதான் என்றாலும், தன்னளவில் அவளிடத்துத் தளராத நம்பிக்கை இருந்தது. தான் சம்பாதித்துச்

சேர்த்து வைத்திருந்த பணத்தையெல்லாம் எடுத்துக்கொண்டாள். பதிமூன்று சிறிய டாலர்கள்; நூற்றியெண்பது செப்புக்காசுகள் எல்லாம் சேர்த்து அவற்றைப் பையில் திணித்துக்கொண்டாள். வீட்டைப் பூட்டினாள். மகனைத் தூக்கிக் கொண்டு எவ்வளவு விரைவாகச் செல்லமுடியுமோ அவ்வளவு விரைவாக மருத்துவரைக் காணச்சென்றாள்.

மருத்துவரைக் காணுவதற்கு ஏற்கெனவே நான்கு நோயாளிகள் காத்திருந்தனர். நாற்பது வெள்ளி சென்ட் செலுத்தி முன்பதிவிற்கான சீட்டை வாங்கிக்கொண்டாள். பாவோ எர் ஐந்தாவது நோயாளி. மருத்துவர் அவனைக் கைவைத்துப் பார்த்து நாடியைச் சோதித்தார். அவரது நகங்கள் நான்கு அங்குல நீளமிருக்கும். ஷாவின் மனைவி ஏதாவது அற்புதம் நிகழ்ந்து மகன் பிழைக்கமாட்டானா என்ற ஏக்கத்தில் இருந்தாள். உறுதியாக என் மகன் பிழைத்துக்கொள்வான் என்று உள்ளூர நினைத்துக்கொண்டாள். ஆனால். ஆதங்கத்தோடு மருத்துவரைப் பார்த்து அவளால் கேட்காமல் இருக்கமுடியவில்லை.

"டாக்டர், என் மகனுக்கு என்னாச்சு?"

"சீரண உறுப்பில் ஏதோ ஒரு கோளாறு."

"அது சீரியஸா டாக்டர்?"

"அவன் மூச்சுவிட முடியாமல் திணறுகிறான்" முதலில் இந்த இரண்டு மருந்து சீட்டுகளை வாங்கிக்கொள்" உஷ்ணம் தலைக்கேறி இருக்கிறது!..."

வார்த்தையை மருத்துவர் முடிக்கவில்லை. கண்களை மூடிக்கொண்டார். அவளும் அதற்குமேல் கேட்க நினைத்தும் ஒன்றும் கேட்கவில்லை. முப்பது வயதிருக்கும் ஒருவர் மருத்துவரின் எதிரே அமர்ந்து மருந்துசீட்டினை எழுதினார்.

மருந்துசீட்டின் ஓரத்தில், 'இன்பேண்ட் பிரிசெர்வர் பில்ஸ்' என்று எழுதியிருப்பதைக்கூறி, "நீ அந்த மருந்துகளை 'சால்வேசன்' கடையில் வாங்கிக்கொள்" என்றார். மருந்துசீட்டை வாங்கிக்கொண்டு வெளியே வந்தவள், நேரே கடையை நோக்கிச்சென்றாள். மருத்துவர் வீடு, கடை, அவளது இருப்பிடம் ஆகியன அருகருகே முக்கோணப்பாதையில் இருந்தன. மருந்தை வாங்கிக்கொண்டு பிறகு வீட்டுக்குப் போய்வருவதே நல்லது என்று நினைத்த அவள், மருந்தினை வாங்குவதில் வேகம் காட்டினாள். கடை ஆள் அதனைப் படித்துவிட்டு மெல்ல மருந்தைக் காகிதத்தில் சுற்றிக் கொடுத்தான். அவள் கையில் குழந்தையோடு காத்திருந்தாள்.

தமிழில்: இராம.குருநாதன்

திடீரென்று குழந்தை சிறிய கையினால், தன் தலைமுடிக்கற்றையைப் பிடித்து இழுத்துப்பார்த்தது. இதற்கு முன் இவ்வாறு அது செய்ததில்லையே என்று எண்ணி அவள் மனம் கலவரம் அடைந்தது.

உச்சி வெயில். குழந்தையோடு மருந்தையும் எடுத்துக்கொண்டு நடந்துசென்றாள். அவளுக்குச் சற்றே பாரமாக இருப்பதுபோல் உணர்ந்தாள். சற்றுத் தொலைவில் நடக்கவேண்டியிருந்ததால், சிறிது ஓய்வெடுக்க ஒரு பெரிய வீட்டின் வாயிற் கதவுப் படியில் அமர்ந்தாள். உடலோடு ஒட்டியிருந்த அவளது ஆடை வியர்வையால் ஈரம் படிந்து பிசுபிசுப்பானது. குழந்தை ஆழ்ந்த உறக்கத்தில் இருப்பதுபோல் காணப்பட்டது. அவள் மீண்டும் எழுந்து நடக்கையில், முன்பை விடக் குழந்தை பாரமாக இருப்பதுபோல் உணர்ந்தாள். அவளுக்கு அருகிலிருந்து ஒரு குரல் எழுந்தது. நான் குழந்தையைத் தூக்கிக்கொண்டு வரவா என்ற அந்தக் குரல் அவளுக்குப் பரிச்சயமானதாக இருந்தது. அது நீலத்தோளான் ஆ ஊ என்பதை உறுதிப் படுத்திக் கொண்டாள். அரைகுறையான உறக்கத்தில் அவன் அவளைப் பின்தொடர்ந்தான். தனக்கு உதவ தேவதை வரும் என்ற நம்பிக்கையில் இருந்த அவள், ஆ ஊ சொன்னதைப் பொருட்படுத்தவில்லை. அவன் உதவ வந்திருப்பதை அவள் விரும்பவும் இல்லை. ஆனால் இக்கட்டான தருணத்தில் துணிவோடு அவன் வந்தாலும் அவளுக்கு உதவவேண்டும் என்ற எண்ணம் அவனிடத்திருந்தது. முதலில் மறுத்தவள் பின் மனம் மாறி அவனிடம் குழந்தையைக் கொடுக்கவேண்டியதாயிற்று. மார்பில் அணைத்திருந்த பாவோ எர்ரை அவனிடம் கொடுத்தபோது அவள் சற்றே உணர்ச்சி வயப்பட்டாள். இரண்டரை அடி இடைவெளியில் அவர்கள் இருவரும் நடந்தார்கள். ஆ ஊ கேட்ட சில கேள்விக்கு அவள் பதில் அளித்தாளில்லை. பாதி தூரம் சென்று கொண்டிருந்தபோது, தன் நண்பன் ஒருவன் விருந்துக்கு ஏற்பாடு செய்திருப்பதாக அவன் கூறவே குழந்தையை அவளிடம் ஒப்படைக்கவேண்டியதாயிற்று. வீட்டை நெருங்கும் தருவாயில், வாங் மாமி சாலை ஓரத்தில் அமர்ந்திருக்கவே அவளைப் பார்த்து, "ஷானின் மனைவியே, டாக்டரைப் பார்த்தியா? இப்ப எப்படி இருக்கு?"

"பார்த்தேன்" நீங்கதான் அனுபவமிக்கவராயிற்றே, நீங்களே பார்த்துச் சொல்லக்கூடாதா?"

எனக்காக இவனைப் பார்த்துக்கொள்வீர்களா?"

"உம்'

“நல்லது”

வாங் மாமி பையனைப் பரிசோதித்தாள். இரண்டு முறை தலையை ஆட்டி இசைவு தந்தாள்.

அவன் மருந்தை உட்கொள்ளும்போது பிற்பகல் ஆகிவிட்டிருந்தது. அவனை ஊன்றிக் கவனித்தாள். நன்றாகி விடுவான் என்று அவள் மனத்திற்குப் பட்டது. திடீரென்று குழந்தை அம்மா என்று கூப்பிட்டாதான். அதன் பிறகு கண்களை மூடிக்கொண்டான். தூங்குவதுபோலக் காணப்பட்டான். அவனது நெற்றியிலும், மூக்கு நுனியிலும் வியர்வை முத்துகள் அரும்பியிருந்தன. அவற்றை ஒற்றி எடுத்தவள், அவனது இதயம் விம்முவதைக் கண்டு கலங்கிப்போனாள். அவள் அழுதாள். சிறிது நேர அமைதிக்குப்பின் அவனது மூச்சு முற்றுமாக நின்றுபோனது. அவள் ஓலமிட்டுப் புலம்பி அழுதாள். கூட்டம் கூடிவிட்டது. அறையினுள் வாங் மாமி , நீலத்தோளான் ஆ ஊ ஆகியோர் இருந்தார்கள். அறைக்கு வெளியே ‘பிராஸ்பரிட்டி’ விடுதியின் உரிமையாளர் , சிவப்பு மூக்கன் குங் முதலியோரும் நின்றிருந்தார்கள்.கரன்ஸி நோட்டைக் கொளுத்துமாறு ஆணையிட்டாள் வாங் மாமி. அங்கு ஓடியாடி உதவியோரின் உணவுச் செலவுக்காக இரு இருக்கைகளையும், ஐந்து உடைகளையும் அடகு வைத்து இரண்டரை டாலர்களை ஷானின் மனைவியிடமிருந்து வாங்கிக் கொண்டாள் வாங் மாமி.

சவப்பெட்டி பற்றிய சிக்கல் எழுந்தது. ஷானின் மனைவியிடம் இன்னும் இரண்டு ஜோடி வெள்ளிக் காதணிகளும், தங்க முலாம் பூசிய கொண்டையும் மீதமிருந்தன. பிராஸ்பரிட்டி விடுதி உரிமையாளரிடம் சவப்பெட்டி தயார் செய்வதற்குப் பணம் கொடுக்கவேண்டி, அடகாகக் கொடுத்து, ஒரு பாதி ரொக்கமாகவும், மீதிகடனாகவும் செலுத்தினாள். நீலத்தோளான் ஆ ஊ தானாகவே உதவி செய்யக் கைகளை உயர்த்தினான். வாங் மாமி அதனைப் பொருட்படுத்தியதாகத் தெரியவில்லை. ஆனால் சவப்பெட்டியை எடுத்துவருவதற்கு மட்டும் அவள் இசைவுதந்தாள். அவளைக் கிழட்டு நாய் என்று திட்டிவிட்டு எரிச்சலோடு உதட்டைப் பிதுக்கியவாறே வெளியேறினான். வெளியே சென்று திரும்பிவந்த விடுதி உரிமையாளர், நாளை காலைவரை சவப்பெட்டி வருவதற்கு வாய்ப்பில்லை என்று தெரிவித்தார்.

அந்த இடைவெளியில், மற்றவர்கள் உணவை முடித்துக்கொண்டனர். பழங்காலத்திய ஊரான லூச்சேனில் நேரமறிந்து அவரவர் வீட்டுக்கு உறங்கச் சென்றுவிட்டனர்.

ஆ ஊ மட்டும் தூங்காமல் குடித்துக் கொண்டிருந்தான். கிழட்டு குங் எதையோ பாடிக்கொண்டிருந்தான்.

கட்டிலின் ஓரத்தே ஷானின் மனைவி புலம்பிக் கொண்டிருந்தாள். பாவோ எர் மெத்தையில் படுத்துக்கிடக்க, தரையில் கிடந்த நெசவுத் தறிக்கு வேலையில்லாமல் கிடந்தது. நீண்ட நேரமாய் ஷானின் மனைவி அழுது புலம்பினாள். கண்ணை அகலத் திறந்துபார்த்தாள். வியப்பு மேலிட்டது. யாரும் நம்பமுடியாத கனவு போலவே இருந்தது அவளுக்கு. இதெல்லாம் வெறும் கனவுதான் என்று நினைத்தாள். எல்லாமே கனவுதான்... பாவோ எர் படுக்கையில் என்னருகில் இணக்கமாகப் படுத்திருப்பான். நாளை காலையில் எழுவேன். அவனும் எழுந்து அம்மா என்று அழைத்துப் புலிக்குட்டி போலக் குதித்து விளையாடுவான்.

கிழட்டு குங் தான் பாடிக்கொண்டிருந்ததை நிறுத்தி நெடுநேரமாகி இருந்தது. மதுபானக் கடையில் வெளிச்சம் இல்லாமல் போனது. ஷானின் மனைவி அதிர்ச்சியில் உறைந்திருந்தாள். நடந்தவற்றை அவளால் நம்ப முடியவில்லை. சேவல் கூவியது. கிழக்கு வானில் வெளிச்சம் பரவத்தொடங்கியது. வெள்ளிக் கற்றை சன்னலூடே சிவப்பாக மாறியது. மதுபான விடுதிக் கூரையின் மீது சூரியன் பிரகாசிக்கத்தொடங்கியது. அதிர்ச்சியில் இருந்த ஷானின் மனைவி, யாரோ கதவைத் தட்டும் ஓசை கேட்டுத் திறக்க ஓடினாள். ஒரு புதியவன் முதுகில் எதையோ சுமந்து இருக்க அவனுக்குப் பின்னால் வாங் மாமி நின்றிருந்தாள்.

ஓ! சவப்பெட்டியை கொண்டு வந்திருக்கிறான்.

ஷானின் மனைவி தன் மகனுக்காக சடங்குகளையும் முடித்திருந்தாள். இறப்புச் சடங்கு நியமப்படி நேற்று, நாள் கரன்சி நோட்டைக் கொளுத்தியிருந்தாள். இன்று காலை புத்த வழிபாட்டு மந்திர நூல்கள் நூற்றிநாற்பத்தொன்பது நூல்களையும் எரித்தாள். அவனைப் பெட்டிக்குள் வைக்கும் முன்பாக, புதிய ஆடைகளை அணிவித்தாள். தலையணையைப் பக்கத்தில் வைத்தாள். அவன் விரும்பிய பொம்மைகளை அதில் வைத்தாள். களிமண்ணால் ஆன சிறுசிறு பொம்மைகள், இரண்டு சிறிய மரக்கிண்ணங்கள், இரண்டு கண்ணாடி புட்டிகள் ஆகியவற்றை வைத்தாள். வாங் மாமி தன் கைவிரல்களால், அவற்றை எண்ணிப்பார்த்துக்கொண்டாள், ஒரு பொருளும் விட்டுப்போகவில்லை.

நண்பகல் வரை சவப்பெட்டி மூடப்படாமல் இருந்தது. ஷான் மனைவி இன்னும் அழுதுகொண்டிருந்தாள் பெட்டி

மூடப்படுவதை அவளால் பொறுத்துகொள்ளமுடியவில்லை. வாங் மாமி களைத்துப்போயிருந்தாள்.

நீலத்தோளான் ஆ ஊ அன்று முழுவதும் அங்கு வரவே இல்லை. மதுபான விடுதி உரிமையாளர் சவப் பெட்டியைச் சுமக்க வாடகைக்கு இருவரை அமர்த்தியிருந்தார். ஆட்கள் ஒவ்வொருவருக்கும் இருநூற்றிப்பத்துப் பெரிய செப்புக்காசுகள் தரவேண்டியிருந்தது. இடுகாட்டிற்கு எடுத்துச்சென்று புதைத்தனர். எல்லா வகையிலும் உதவியாக இருந்தவர்களுக்கு வாங் மாமி உணவளிக்கக் கடமைப்பட்டிருந்தாள். சூரியன் சாயத்தொடங்கியிருந்தது. வந்திருந்த அனைவரும் வீடு திரும்பினர்.

மயக்கமுற்ற ஷானின் மனைவி சிறிது நேரத்திற்குப் பிறகு அமைதியானாள். உடனே ஏதோ ஒன்று அதிசயமான நிகழ்ச்சி ஒன்று நிகழ்ந்ததாக எண்ணினாள். ஏதோ எதிர்பார்க்காத– நிகழக்கூடாத ஒன்று நடந்துவிட்டதாக உணரலானாள். அவ்வாறு எண்ணிப்பார்த்தவளுக்கு வியப்பு மேலிட்டது. அந்த விடுதி அறையில் அமைதி நிலவியது. அது அவளுக்கு வியப்பளித்தது.

விளக்கை ஏற்றினாள். அமைதி இன்னும் கூடியது. தடுமாறிக்கொண்டே கதவைத்தேடி மூடிவிட்டுத் திரும்பி வந்து கட்டிலில் வந்து அமர்ந்தாள். நெசவுத் தறி வேலை இன்றி அமைதியாகவே கிடந்தது. அவள் சுற்றி எங்கும் நோட்டம் விட்டாள். அவளால் அமரவோ நிற்கவோ முடியாமல் இருந்தது. அந்த அறையை மீண்டும் அமைதி ஆட்கொண்டிருந்தது. அந்த அறை சற்றே பெரிதாகத் தோன்றியது. அங்கு இருந்த பொருள்கள் அவள் பார்வைக்கு வெறுமையாகத் தோன்றின. சுற்றிலும் நிலவியிருந்த வெறுமை அவளை மூச்சுவிட இயலாதவாறு அவளைத் தொல்லைக்குள்ளாக்கியிருந்தது.

உண்மையில் பாவோ எர் இறந்துவிட்டதை உணரத்தலைப் பட்டாள். அந்த அறையைப் பார்க்கவும் விரும்பவில்லை. விளக்கை அணைத்துவிட்டுப் படுக்கையில் அழுதவாறே சிந்திக்கத் தொடங்கினாள். அவளுக்கு நினைவு வந்தது. தான் தறியில் நூற்கும்போது அவன் எப்படி அமர்ந்துகொண்டு சீரகம் கலந்த பட்டாணிக் கடலையைக் கொறித்துக்கொண்டு அமைதியாய் அமர்ந்திருப்பான். கருவிழிகளோடு அவன், அவளைப் பார்த்து, ‘அம்மா என்று அழைப்பான்; அப்பா செய்த வேலையைத் தான் வளர்ந்து பெரியவனானதும் கைநிறைய சம்பாதித்து அவற்றை உன்னிடம் தருவேன் ’ என்று சொன்னவையெல்லாம் நினைவுக்கு வந்தன. அந்த நேரங்களில் எல்லாம், நூல் நூற்கும் ஒவ்வொரு

சமயமும் வாழ்க்கை அர்த்தமுள்ளதாகி உயிர்ப்புள்ளதாயும் இருந்திருக்கின்றன. ஆனால் இப்போது? அவள் நிகழ்காலத்தை ஒருபொருட்டாக நினைக்கவில்லை. அவள் உண்மையில் வெகுளி. இறந்தவர் மறுபடி வரமுடியாது என்பது அவளுக்குத் தெரியும்... பெருமூச்சுடன் அவள் கூறினாள்: பாவோ எர், நீ இன்னும் இங்குதான் இருக்கிறாய். உன்னை கனவில் நான் காணுவேன்" என்றாள். அதற்காகவே அவள் படுக்கையில் படுத்துக் கண்களை மூடிக்கொண்டு அவனை அதில் காண விரும்பினாள்,

அந்த அறையில் அவளது பெருமூச்சு அமைதியான சூழலில் தெளிவாகக் கேட்டது.

சிவந்த மூக்கன் குங் பாடிய கிராமியப் பாடல் ஓய்ந்திருந்திருந்தது. மதுபானக் கடையில் தடுமாறிக்கொண்டே போதையில் விடுதிக்கு வெளியே உரத்த குரலில் மீண்டும் பாடினான்.

"அன்பே தனிமையில் உள்ளாய் இரக்கப்படுகிறேன் உனக்காக"

நீலத்தோளான் ஆ ஊ, கிழட்டு குங்கின் தோளைப் பற்றி இழுத்தான். மது அருந்திய கையோடு தள்ளாடியவாறே இருவரும் சென்றனர்.

ஷானின் மனைவி உறங்கினாள். கிழட்டு குங்கும் மற்றும் சிலரும் வெளியேறிய பின் மதுபானக் கடை மூடப்பட்டது. லூச்சன் சிற்றூர் அமைதியில் உறைந்தது. அடுத்த நாள் விடியலுக்காக இரவுப் பொழுது அமைதியாகப் பயணப்பட்டுக்கொண்டிருந்தது. இருளினூடே, மறைந்திருந்த சில நாய்கள் குரைத்தவாறே இருந்தன.

●

0.170